ஆரியமாயை

கா. ந. அண்ணாதுரை

Title: Aariya Maayai

Author: C. N. Annadurai

Language: Tamil

First Published on: 1947

Year of Publication: 2024

Book Format: Paperback

*Page Size: 6inch * 9inch*

Category: Literature

Subject: Social Science

No. of pages: 94

ISBN: 978-81-988093-6-0

Published by: Nilan Publishers, Madurai, Tamilnadu, India

பொருளடக்கம்

குறிப்புகளுக்காக

முன்னுரை

"ஆரிய மாயை" எனும் இச்சிறு நூல், நான் பல சமயங்களிலே எழுதிய கட்டுரைகளைத் தொகுத்தும், இன எழுச்சிக்குப் பாடுபடும் ஆற்றலறிஞர்களின் ஆராய்ச்சியுரைகளைத் திரட்டியும் வெளியிடப்படுகிறது. மேற்கோள்கள் பல தரப்பட்டுள்ளன. (படிக்க மட்டுமேயன்றிப் பிறருக்கு விஷய விளக்கமாற்றவும், சந்தேகங்களைப் போக்கவும், மாற்றாரின் எதிர்ப்புரைகளுக்கு மறுப்புரை தரவும் இந்நூல் பெரிதும் பயன்படும் என்று கருதுகிறேன். பேச்சாளருக்குப் பேருபகாரியாக இந்நூல் இருக்கும்.)

சி. என். அண்ணாதுரை

ஆரியமாயை

பேராசைப் பெருந்தகையே போற்றி!
பேச நா இரண்டுடையாய் போற்றி!
தந்திர மூர்த்தி போற்றி!
தாசர் தம் தலைவா போற்றி!
வஞ்சக வேந்தே போற்றி!
வன்கண நாதா போற்றி!
கொடுமைக் குணாளா போற்றி!
கோழையே போற்றி! போற்றி!
பயங்கொள்ளிப் பரமா போற்றி!
படுமோசம் புரிவாய்போற்றி!
சிண்டு முடிந்திடுவோய் போற்றி!
சிரித்திடு நரியே போற்றி!
ஒட்டுவித்தை கற்றோய் போற்றி!
உயர் அநீதி உணர்வோய் போற்றி!
எம் இனம் கெடுத்தோய் போற்றி!
ஈடில்லாக் கேடே போற்றி!
இரை, இதோ போற்றி! போற்றி!
ஏத்தினேன் போற்றி! போற்றி!

இந்தப் போற்றித் திருப்பா, புதுமையானதாக இருக்கிறதே! இதன் பொருள் விளங்கவில்லையே! பேராசையும் வஞ்சகமும், பிறவுமான கேடு பயக்கும் குணமுடையோரைப் போற்றுவது மடைமையன்றோ? ஒழித்திட வேண்டியதைத் தொழுதிடுவது அறிவுடையாகுமா? தேளைத் தேவனென்றும், பாம்பைப் பரமனென்றும், நரியை நாதனே என்றும், புலியை புண்ணியவானென்றும், பித்தருங் கூறாரே! நீயோ நயவஞ்சகரை-நா இரண்டுடையாரை, நாவார

வாழ்த்துகிறாயே போற்றி! போற்றி! என்று, இது என்ன பரதா? என்று கேட்பர், அன்பர். அடியேன் அறைவதல்ல ஐயன்மீர்! நமது இனத்திலே உள்ளனரே... விரிந்த மனப்பான்மையும், பரந்த பாசமும், கனிந்த உள்ளமும், கருணை வெள்ளமுங் கொண்ட 'சற்சூத்திரர்கள்'-அவர்கள் சதாகாலமும், ஆரியரைப் போற்றி வாழுகிறார்களல்லவா? அவர்கள் போற்றித் தொழுதிடும் 'பூசுரரின்' திருக்கலியாண குணங்களை அறிந்தோர் எடுத்துரைத்துள்ளனர். அடியேனுடைய வேலை; அவற்றைத் தொகுத்துப் பார்ப்பன பக்தர்கள் நடத்தும் 'போற்றி போற்றி'யுடன் இணைத்து, அவசரத்திலே அகவலாக்கி உம்மிடம் தந்தது தான்! நான் ஆரியரைப் போற்றவுமில்லை, போற்றிடக் கூறவுமில்லை! அதுபோலவே நான் அவர்களை ஏசவும் இல்லை; ஏசிடும்படி உங்களை ஏவிடவும் இல்லை. பிறர் கூறிய ஏசலை எடுத்துக் கூறுகிறேன்.

அக்ரகாரத்தை அனுதினமும் அர்ச்சிக்கும் அன்பர்கள் 'ஏண்டா பரதா! எக்காரணம் பற்றி, எந்த ஆதாரத்தின் மீது நீ பூதேவரை நயவஞ்சகரென்று நாத்தடுமாறாது கூறுகிறாய், படுமோசக்காரா என்று பதற்றம் பேசுகிறாய், பலப்பல கூறி ஏசுகிறாய், பாப மூட்டையைச் சுமக்கிறாய், பாவி நீ ரௌரவாதி நரகத்தில் உழலுவாய், போ' என்று சபிப்பர். உங்களுக்குக் கூறுகிறேன்; தூற்றலல்ல, நான் தொகுத்திட்ட இப்பா; பன்னெடு நாட்களுக்கு முன்பு படம் பிடித்தார் ஓர் பரங்கி. அதனை நான் இன்று வெளியிடுகிறேன். சரக்கு நம்முடையதல்ல! இல்லாததை எடுத்துக் காட்டிக் கூறுவதுமல்ல! மீண்டுமொரு முறை இப்போதே போற்றிப் பாசுரத்தைப் படியுங்கள். படித்தீர்களா! சரி, இதோ பாருங்கள், சில ஆங்கிலச் சொற்கள்!!

Avarice, Ambition, Cunning, Wily, Doubletongued Service, Insinuating, Injustice, Fraud, Dishonest, Oppression, Intrigue.

இனி, இந்த ஆங்கிலச் சொற்களுக்குத் தமிழில் என்ன பொருள் என்பதை அகராதியின் உதவி கொண்டு பாருங்கள். பிறகு, நான் தீட்டிய போற்றிப் பாசுரம் சரியா, மிகைப்படுத்தினேனா, தவறா? என்பது பற்றி யோசியுங்கள்.

தோழர்களே! இத்தகைய பதங்களால் ஆரியரை அர்ச்சித்திருக்கிறார் 'ஆபி டியூபா' எனும் அறிஞர். இன்றல்ல நேற்றல்ல; டாக்டர் நாயரின் முரசு கேட்டல்ல; வகுப்புவாத நச்சரவு கடித்ததாலல்ல; கண்ணாரக் கண்டதைக் கருத்தார உணர்ந்து, நாவார உரைத்தார், 1807-இல்.

"Hindu Manners Customs and Ceremonies" என்ற நூல் Abbe J. A. Dubois என்பவரால், 1807-ஆம் ஆண்டு வெளியிடப்பட்டது. அதிலே பார்ப்பனரை அவர் இவ்வண்ணம் அர்ச்சித்திருக்கிறார்! ஆரிய இன இயல்பை, மிகத் தெளிவாகத் தீட்டியிருக்கிறார்! இவ்வித இயல்புடைய இனத்தைத்தான் இன்றும் தமிழரிற் பலர் தொழுது வருகின்றனர்; உயர் ஜாதி என்று உரைக்கின்றனர். 'சாமி' என்று சாற்றுகின்றனர். என்னே அவர் தம் நிலை.

ஆபி டியூபா, பிரெஞ்சுப் பாதிரி. இங்குச் சுமார் 150 ஆண்டுகளுக்கு முன்னர், தாம் கண்டறிந்த உண்மையை எழுதி வைத்தார். அதிலே, பார்ப்பனரின் பண்பு பற்றி அவர் வருணிக்கையிலே, அவர் பிரயோகித்துள்ள பதங்களையே நான் போற்றிப் பாசுரமாக்கிக் காட்டினேன். 'அவர் தீட்டியுள்ளது தவறானது; காமாலைக் கருத்துடையவர் அவர்' என்று யாரும் கூறிடவும் முடியாது. ஈடில்லாத "இந்து" பத்திரிகை, ஆபி டியூபாவின் நூலுக்கு மதிப்புரை தந்திருக்கிறது. அது மட்டுமா? அன்று அப்பாதிரியார் கூறிய அதே நிலையிலேயே இங்கு மக்கள் இன்றும் உள்ளனர் என்றும் "இந்து" எழுதிற்று.

ஆரியரில் யாரோ ஓர் அயோக்கியனை, என்றோ ஒரு நாள் அந்த வெளிநாட்டுக்காரன் கண்டுவிட்டுப் பொதுப்படையாகப் புகல்வது மடமையன்றோ? எந்நாட்டிலும், எந்த இனத்திலும் அயோக்கியர்கள் சிலர் இருப்பர்; அதற்காக அந்த இனமே அத்தகைய இயல்புடையது என்று இயம்பலாமா? இது முறையா, அழகா? என்று கேட்பர் சிலர்! முறையாகாது என்று நான் மும்முறை கூறுகிறேன். அழகல்ல என்று ஆறு தடவை வேண்டுமாயினும் சொல்கிறேன். ஓர் ஆளின் கெட்ட குணத்தை ஆதாரமாகக் கொண்டு, அந்த ஆள் எந்த இனத்தவரோ, அந்த இனத்தையே அக்குற்றச்சாட்டுக்கு உள்ளாக்குவது மடமைதான்.

ஆனால், ஆபி டியூபா, முப்பது ஆண்டுகள் இங்கு உலவினார்; நாடு முழுவதும் சுற்றினார்; மக்களின் அன்றாட வாழ்க்கையினைக் கூர்ந்து கவனித்தார். ஆரிய இனத்தின் இயல்பினை, உள்ளது உள்ளவாறு கண்ட பிறகே, ஏட்டில் எழுதினார்.

சரி, ஆபி டியூபா பிரெஞ்சுப் பாதிரி; அவர் பிரான்சு மொழியிலே எழுதியிருப்பார். அதை ஆங்கிலமாக்கியவர் கயிறு திரித்திருக்கக் கூடாதோ? என்று சாகசச் சித்தர்கள் கேட்பர். ஆபி டியூபாவின் பிரெஞ்சு நூலை, ஆங்கிலமாக்கியவர்கள் H.K. பூன்சாமப் என்னும் ஆங்கிலர் தாம். ஆனால், அதனை மேற்பார்வை செய்தவரோ, C.V. முனுசாமி ஐயர் எனும் பூசுரரே! தவறு இருப்பின், அவரா சும்மா இருப்பார்? ஆகவே ஆபி டியூபா, ஆரியரை நன்கு அறிந்தே இங்ஙனம் அர்ச்சித்திருக்கிறார். ஆரிய மாயையில் அவர் சிக்கிச் சொக்காத காரணத்தால், உள்ளது உள்ளபடி தீட்டிட முடிந்தது. அர்ச்சனை கிடக்கட்டும் அன்பர்களே! அவர் தீட்டியுள்ள வாசகக் கருத்துக்கள் சிலவற்றினைக் கேளீர்!

"பேராசை என்பது அந்தப் பார்ப்பன இனத்தவர் ஒவ்வொருவருக்கும் இயல்பு. எனவே, அவர்கள் வேதாந்திகள் போன்ற விரக்தி நிலையில் வாழ முடிவதில்லை!"

இது ஆபி டியூபாவின் வாசகம். இன்றும் இதிலே முழு உண்மை இருத்தலை உலகு அறியும். மாயாவேதம் பேசும் சங்கராச்சாரிகள், பொறப்பல்லக்கில் சவாரி செய்வது இன்றும் தானே நடக்கிறது! வேதாந்தமும் விரக்தியும், விருந்தும், வைபவமுமாகக் காட்சியளிப்பதைக் காணவில்லையா? இதைத்தான் ஆபி டியூபா அன்றே கூறினார்.

தந்திரம், நயவஞ்சகம், இரட்டை நாக்கு, பல்லிளித்து நிற்பது முதலியன அவர்களிடம் இயற்கையாகவே இருக்கின்றன. எப்படியாவது அரசர்களை அண்டிப் பதவி பெறுவதே அவர்கள் நோக்கம் என்று, ஆபி எழுதுகிறார். இதற்குச் சரிதம் அனேகச் சான்று தருகிறது. புராண இதிகாசகால மன்னர்கள் ரிஷிகளிடமும், முனிவர்களிடமும், பயபக்தி விசுவாசத்துடன் நடந்து கொண்டனர்; தமது மணி முடியையும் காணிக்கையாகத் தந்தனர்; அவர்கள் எது கேட்டாலும் வழங்கினர்; அவர்கள் காலாலிட்ட வேலையைத் தலையால் செய்தனர் என்றெல்லாம் படிக்கிறோம். சரித்திர கால மன்னர்களிடம் சர்மாக்களும், ஐயர், ஐயங்கார்களும், திவான்களாகவும், மந்திரிகளாகவும் வாழ்ந்தனர். இதோ இன்றும் திருவிதாங்கூருக்கு யார் திவான்? சர். சி. பி. ஐயர்தானே, பரோடாவிலே சர். T.V. கிருஷ்ணமாச்சாரி, மேவாரிலே சர். விஜயராகவாச்சாரி என்றுதான் பட்டியல் காணமுடியும். நமது மாகாண சர்க்கார் சீப்செக்ரடிரியாக இருந்து, இன்று ஆலோசகராக இருப்பவர் ஒரு S.V. இராமமூர்த்தி ஐயர்தான்! நமது மாகாண முதல் மந்திரியாக இருந்தவர், ஓர் இராஜ கோபாலாச்சாரியார் தான்! நமது மாகாண சட்ட நிபுணராக, அட்வகேட் ஜெனரலாக இருப்பவர், ஒரு சர் அல்லாடி ஐயர்தான்! ஆபி டியூபா 1807-ல் கூறியது, இன்றும் பிரத்யட்ச உண்மையாக, உள்ளங்கை

நெல்லிக்கனியாக — அதுவல்ல பொருத்தமான வாசகம் — கைப்புண்ணாக இருக்கிறது என்று கூறுவேன். இதுதான் பொருத்தமான உபமானம்!

அக்காலத்து மன்னர்களை அண்டிப் பதவி பெற்ற பிறகு அநீதி, மோசம், அயோக்கியத்தனம், கொடுமை முதலியன புரிய ஆரியர் துணிவர் என்று, ஆபி. டியூபா எழுதுகிறார். சிண்டு முடிந்து விடுவதிலே, கலக மூட்டுவதிலே அவர்கள் கைதேர்ந்தவர்கள் என்றும் கூறுகிறார். இல்லாமலா கலகத்தையே காரியமாகக் கொண்ட ஒரு தேவன் உண்டு என்ற கதையை வைத்திருக்க ஆரிய மனம் இடம் தந்தது? நாரதரைத் தொழும் பக்த சிகாமணிகளல்லவா அவர்கள்! எங்கே போகும் அந்தப் பலன்! நமது இனத்தின் தலையிலே வந்து விடிகிறது!

திறமைசாலிகள் என்பதற்காகப் பார்ப்பனரைப் பார்த்திபர்கள் பதவியில் அமர்த்தினர் என்பது மட்டுமல்ல; மற்ற மக்களிடம் உயர் ஜாதி என்று பெருமை பேசி, அவர்களைக் கட்டுப்படுத்தும் "சக்தி"யை ஆரியர் பெற்றிருப்பதால், அவர்களை வேலையிலே இருக்கச் செய்தால் சாதாரண மக்களின் சள்ளை இராது என்பதற்காகவே வேந்தர்கள் வேண்டினர் வேதியரை என்ற உண்மையையும் ஆபி டியூபா எழுதுகிறார். இன்றும் ஒரு பள்ளியிலே ஆசிரியராக இருப்பினும், கோயிலிலே பூசை புரிவோராக இருப்பினும், மோட்ச லோகத் தரகராக இருப்பினும், சிற்றுண்டி விற்பவனாக இருப்பினும் அவர்களிடமும் நமது இனத்தவர் எவ்வளவு அடங்கி ஒடுங்கி உள்ளனர் என்பதைப் பாருங்கள்! பார்ப்பனரைப் பழிக்காதே! அது 'மகாப் பாவம்' என்று கூறும் மனப்பான்மை இன்றும் இருக்கிறது. இவ்வளவுக்கும் அவர்கள் அசகாய சூரரல்ல, வீரம் அவர்களுக்குக் கிடையாது, கோழை உள்ளம் படைத்தவர்கள் அவர்கள் என்று டியூபா கூறுகிறார். படை என்றால் தொடை நடுங்கும் கூட்டம், படை வீரரை அடக்கி வைத்திருப்பது எதனால்? ஆரிய மாயையிலே எம் இன மக்கள் வீழ்ந்து கிடப்பதனாலன்றோ? ஆபி டியூபா

போன்ற அறிஞர்கள் ஆரியரின் குணத்தினை எடுத்துக் கூறியிருப்பதை, நடுநிலையின் நின்று யோசிப்பவர் ஆரியரைப் போற்றி வாழ்வாரா? என்று கேட்கிறேன்.

"அன்னாய் வாழி வேண்டன்னை நம்மூர்ப்
பார்ப்பனக் குறுமகப் போலத் தாமுங்
குடுமித் தலைய மன்ற
நெடுமலை நாடனூர்ந்த மாவே!"

-(ஐங்குறுநூறு)

"அம்மா, அவர் குதிரை மீதேறி வருகிறார் கெம்பீரமாக!"

"யாரடி வருவது?"

"பெரிய மலைகள் சூழ்ந்த நாட்டுடைய தலைவர் பரி மீதேறி வருகிறார்."

"சரி அதிலென்ன வியப்புக் காண்கின்றாய்?"

"அந்தக் குதிரை தலையை அசைத்துக் கொண்டு வருகிறதே, அது வேடிக்கையாக இருக்குதம்மா!"

"அதிலென்னடி வேடிக்கை! ,மகா வேடிக்கை."

"குதிரை தலையை அசைக்கும்போது கொத்தாக, இருக்கும் குடுமியும் கூடவே கூத்தாடுகிறது. அதைப் பார்த்தால் சிரிப்புண்டாகிறது."

"குதிரைக்குத் தலையிலே குடுமி ஆடினால், சிரிப்பு வரக் காரணம் என்னடி?"

"ஏனம்மா! நமது ஊரிலே உள்ள பார்ப்பனர் தலையின் உச்சிக்குடுமி, அவர்கள் நடக்கும்போது கூத்தாடுகிறதே, அதைப் போல இல்லையா அந்தக் காட்சி? அதனால்தான், எனக்குச் சிரிப்பு உண்டாயிற்று!"

"போடி குறும்புக்காரி!"

வீதி வழியே செல்லுகிறான் குதிரை வீரன்! குதிரை தலையசைக்க அதன் குடுமி ஆடுகிறது. இதைக்கண்ணுற்ற தோழிக்குப் பார்ப்பனரின் குடுமி நினைவிற்கு வருகிறது. நகைக்கிறாள்! கண்டதையும் கொண்ட கருத்தையும் தலைவிக்கு கூறுகிறாள் பழந்தமிழகத்திலே. இக்கருத்துக் கொண்ட கவிதையே, மேலே குறித்திருப்பது, ஐங்குறு நூறு எனும் ஏட்டிலுள்ளது. எடுத்துக் கட்டியதுமல்ல! ஈரோட்டுச் சரக்குமல்ல!

ஒரு காலம் இருந்தது. தமிழர்கள் ஆரியரை நகைப்புக்குரிய நடமாடும் உருவங்களாகக் கருதிய காலம். ஆரிய இனம் வேறு என்ற எண்ணம் மங்காதிருந்த காலம். ஆரியத்தைக் கேலிக் கூத்தாகக் கருதிய காலம்! இன்றோ, ஆரியரைப் போன்ற புத்திக் கூர்மை, ஆசார அனுஷ்டானம், நேம நிஷ்டை, பூஜை புனஸ்காரம், நடையுடைபாவனை இருப்பதே தமிழருக்குச் சீலத்தையும் சிலாக்கியத்தையும் தரும் என்ற தவறான கருத்துத் தழைத்துக் கிடக்கிறது! காலம் முளைக்கச் செய்த இந்தக் கள்ளி படர்ந்திருப்பதாலேயே, நாச நச்சரவுகள் இங்கு நடமாடித் தமிழர் சமுதாயத்தைத் தீண்டித் தீய்த்து வருகின்றன!

ஆரியக் கலாச்சாரம் வேறு, திராவிடர் கலாச்சாரம் வேறு என்பது பற்றி ஆராய்ச்சியாளர்கள் தெளிவாகவே கூறியுள்ளனர். ஜெர்மன் ஆராய்ச்சியாளர்களே முதலில் ஆரிய

நாகரிகம், மொழி, கலை ஆகியவற்றினை வானளாவப் புகழ்ந்தனர். மாக்ஸ் முல்லர் எனும் ஜெர்மானியர், இப்பணியிலே ஈடுபட்டபோது இங்கு அக்ரகாரம் ஆனந்தக் கூத்தாடிற்று! "வேதம் ஸ்மிருதி என்பவற்றுக்கு மேனாட்டார் எவ்வளவு மதிப்புத் தருகின்றனர் பாரீர்! எமது புகழ் எங்கும் பரவிடக் கேளீர்!" என்று பேசினர், பூரித்தனர். ஆபி டியூபா போல, ஆரிய இனத்தின் இயல்பினைக் கடிந்து கூறாமல், புகழ்ந்து பேசிய ஜெர்மன் ஆராய்ச்சியாளர்களின் புல்லறிவினைப் பொசுக்கப் புதிய ஆராய்ச்சியாளர் தோன்றலாயினர். இந்தியாவிலேயே முதன் முதல் நாகரிகத்தைப் புகுத்தியவர்கள் ஆரியர்கள் தான் என்ற பொய்யுரை ஒழியக் காலம் பிடித்தது. ஆரியத்தின் துணையின்றி மிகப்பழங்காலந்தொட்டு இங்கே வளமான ஒரு நாகரிகம் ஓங்கியிருந்த உண்மையை, உலகு உணர நாட்களாயின. பண்டைத் தமிழரின் வாழ்வு பாழ்பட்டதும், வீரம் சரிந்ததும், கலை கறையானதும், நிலை குலைந்ததும், ஆரியத்தின் கூட்டுறவால் நேரிட்ட அவதிதான் எனும் உண்மையை உலகு முதலிலே தெரிந்து கொள்ளவில்லை. இந்தியாவை ஆரிய வர்த்தமென்று கூறியும், இந்திய நாகரிகத்தையே ஆரிய நாகரிகம் என்று மொழிந்தும் உலகு கிடந்தது. பேராசிரியர் சர். ஜான் மார்ஷல் திராவிடப் பண்புகளை ஆராய்ந்தறிந்து கூறியபோது தான், மேனாட்டாரின் கண்களிலிருந்த கறையும், கருத்திலிருந்த மாசும் நீங்கிற்று. பிறகு ஆரியம், திராவிட நாகரிகத்தை எவ்வளவு பாழ்படுத்திற்று என்ற ஆராய்ச்சி வரலாயிற்று. இயற்கை இன்பத்தை நுகர்ந்து, வீரத்தை வணங்கி, அறத்தை ஓம்பி வாழ்ந்த திராவிடரிடையே, கட்டுக் கதைகளைப் புகுத்தி, கோழைத்தனத்தை வளர்த்தவர் ஆரியரே என்பதும், ஆரியக் கோட்பாடுகள் புகுமுன்னம் திராவிடர் அறிவுத்துறையிலேயே ஆர்வங் கொண்டிருந்தார்களேயல்லாமல், கண்ணுக்குப் புலனாகாததும், எட்டாததும், வாதத்திற்குக் கட்டுப்படாததும், பிரத்யட்சம் பிரமாணத்துக்கு ஒத்துவராததுமான கொள்கைகளிலே மூழ்கிக் கிடக்கவில்லை என்பதும், பிறகு

ஆராய்ச்சியாளர்களால் விளக்கப்பட்டது. ஆனால், இவையாவும் பிரேத விசாரணையாகக் கருதப்பட்டதேயல்லாமல், வீழ்ச்சியுற்ற இனத்திற்குத் திருப்பள்ளி எழுச்சியாக உபயோகிக்கப்படவில்லை. சாதாரணக் கல்வியும் பொது அறிவும் அதிகம் பரவாத திராவிட சமுதாயத்திடையே, புதிய ஆராய்ச்சி முடிவுகள் பரவ வழி இல்லாமற்போய்விட்டது. ஆகவே தான், ஆரியம் அழிவைத் தருவது, திராவிடம் தீரரை வளர்ப்பது என்ற நற்கருத்து இன்றும் நம் இனத்தவரிடையே புகவில்லை.

கல்வி கேள்விகளிற் சிறந்தவர்களும், ஆராய்ச்சி வசதி நிறைந்தவர்களுமாவது, இந்தத் துறையிலே சற்று உழைப்பார்களானால், திராவிட இனம் உய்ய வழி உண்டு. இல்லையேல் உலகிலே பல இனங்கள் பாழ்பட்டு மறைந்து போனது போல் ஒரு காலத்தில் உலகப் புகழ் வாய்ந்த திராவிட இனமும் அழிந்தே தான் போகும்! எந்த இனம் தனது பண்பை இழந்து, பண்டைய பெருமையை மறந்து எதிரியிடம் அடைக்கலம் புகுந்து விடுகிறதோ அந்த இனம் அழிவுக் குழிக்கு அவசர அவசரமாக நடக்கிறது என்று தான் பொருள்.

‘‘எமை நத்துவாய் என எதிரிகள் கோடி
இட்டழைத்தாலும் தொடேன்’’

என்று இன எழுச்சியே உருவானது போன்று நம் கவிஞர் கனக சுப்புரத்தினம் (பாரதிதாசன்) பாடுகிறார்! தொடேன் என்று, உறுதியும் ஆவேசமும் மிளிர அந்தப் பதம் உயிர்க்கவியின் உள்ளத்திலிருந்து பீறிட்டுக் கொண்டு வெளிக்கிளம்புகிறது! எதிரிக்கு அடிமையாக மாட்டேன், கோடி தரினும் என்று கூறுகிறார். கோடி ரூபாய் — பவுன், வைரக்கற்கள், நவரத்தினக் குவியல், எதை நீ கோடியாகக் குவித்து என் எதிரே வைத்தாலும் சரியே, உன்னிடம் நான் அடி வருடியாக மாட்டேன் என்று கவி கூறுகிறார். கோடி என்ற பதத்துடன், வேறு பொருளைக் குறிக்கும் எப்பதத்தையும் அவர்

இணைத்தாரில்லை! ஏன்? இன்ன பொருள் என்று குறித்துவிட்டால், சரி வேறு பொருள் தருகிறேன் என்று எதிரி கேட்க இடமுண்டல்லவா? கோடி ரூபாய் தருகிறேன் என்று எதிரி கூறுகிறான்; தமிழன் வேண்டேன் என்று மறுக்கிறான். உடனே தந்திரமுள்ள எதிரி கோடி வராகன் தருகிறேன் என்று கூறலாமல்லவா? அந்தப் பேரப் பேச்சுக்கே கவி இடங் கொடுக்கவில்லை. எதுவாகவேனும் இருக்கட்டுமய்யா. கோடி குவித்தாலும் வேண்டாம் என்று முடிவாகக் கூறுகிறார். ‘தொடேன்’ என்று கவி கூறியதிலே, கையினால் தொடேன் என்ற பொருள் தொக்கியிருக்கிறது. இப்போது மறுமுறை கூறிப்பாருங்கள் அந்தக் கவிதையை.

“எமை நத்துவாய் என எதிரிகள் கோடி
இட்டழைத்தாலும் தொடேன்.”

இந்த உணர்ச்சியும் உறுதியும், சுயநலத்தைப் பற்றித் துளி நினைப்பும் இல்லாத மனப்பான்மையும், சபலத்திற்கு இடங்கொடுக்காத தன்மையும் வீரமும் இருப்பின், கோடி ஈட்டிகள் தமிழரின் மார்புக்கு நேரே நீட்டப்பட்டாலும், எதிரி வெல்ல முடியாதே! எங்கே காண்கிறோம் அந்த உறுதியை? எவரிடம் கேட்கிறோம் இத்தகைய வீரப் பேச்சினை?

‘நமக்கென்ன’ என்று கூறும் சுயநலமிகளும், ‘நம்மால் ஆகுமா?’ என்று பேசும் தொடை நடுங்கிகளும், ‘ஏன் வீண் வம்பு’ என்று சொல்லும் கோழைகளும், ‘எனக்கு இது பிடித்தமில்லை’ என்று மிடுக்காகக் கூறும் கோடரிகளும் தமிழகத்திலே உலவக் காண்கிறோம்!

“மான மொன்றே நல்வாழ்வெனக் கொண்டு
வாழ்ந்த என் மறவேந்தர்
பூனைகள் அல்லர், அவர் வழிவந்தோர்
புலிநிகர் தமிழ்மாந்தர்!”

என்ற வீர முழக்கம், என்று தமிழர் மனைதோறும் கேட்கிறதோ, என்றைய தினம் தமிழர் உள்ளம் இந்த நிலை பெறுகிறதோ, அன்றே ஆரியர், கனகவிசயனைக் கல்லெடுக்க வைத்த சேரன் மரபினர் மீண்டும் தமிழராயினர்; இனி நமது கடை நடவாது என்பது தெரிந்து பல்லெல்லாம் தெரியக் காட்டி நிற்பர்! பணிவர்! பகைவரை அடுத்துக் கெடுத்ததன்றிப் போரிட்டு அடக்கிய வரலாறே ஆரியருக்குக் கிடையாது. பெரிய போர்களிலே, அவர்களுடைய பெயர் சம்பந்தப்பட்டதே கிடையாது. புராண இதிகாசங்களிலே நடைபெற்றதாகக் கூறப்படும் போர்கள், வெறும் புளுகு என்றபோதிலும், அதிலும் வீரத்தால் வெற்றி கிடைத்ததாகக் கதை கிடையாது. வேள்விகளால் வெற்றி, பரமன் அருளால் பலம், மாய அஸ்திரங்களால் எதிரி தோற்றான் என்றுதான் இருக்கும். திராவிட வரலாறுகளிலோ, வீரமே முதலிடம் பெற்றிருக்கும்! ஆரிய இனம் போரிட்டுப் புகழ் ஈட்டியதில்லை; பிறரின் புத்தி கெட்டபோதுதான் ஆரியரின் கொட்டம் வளரும்!

போதை ஏறியவன் கல் தடுக்கியோ, காற்று அடிப்பதாலோ கீழே வீழ்வான். ஆரியரும், திராவிட இனத்தாரிடையே கருத்தில் போதை மூண்டிடச் செய்து விட்டுப் பிறகு கீழே உருட்டிவிட்டனர். திராவிடன் ஆரிய வீரத்தால் வீழ்த்தப்படவில்லை. ஆரியக் கருத்தினைத் தாங்கும் சுமை தாங்கியானான். சோர்ந்தான். சுருண்டான். இந்தச் சூட்சுமத்தை உணராதார் தமிழர் வரலாறு அறியாதாரே.

'ஐயன்மீர்! இப்போது நீவிர் வணங்கும் உருவாரங்கள் ஆரியக் கற்பனை என்று கூறுவோரை, மேதாவிகளென்று தம்மை எண்ணிக் கொண்டுள்ள தமிழர்கள் நம்புவதில்லை; நையாண்டி செய்கின்றனர்! எதற்கெடுத்தாலும் ஆரியச் சூது, ஆரியச் சதி, புரட்டு என்று கசடர்கள் கூறுகிறார்கள்' என்று இந்த மேதாவிகள் கூறுகின்றனர். மழையாம் மழை! மழை

நம்மை என்ன செய்யும்? என்று எருமை கூறுவதில்லை. அதன் நடவடிக்கை, அதனுடைய நினைப்பை நமக்குக் காட்டுகிறது. தமிழரிலே தடித்த தோலார் உளர். நாற்காற் பிராணிகளிலே எருமை இருத்தலைப்போல! வீணான மனப் பிராந்தியால் சிலர் இது போல ஆரியர் திராவிடர் என்று பிதற்றுகின்றனர் என்று கூறும் ஏமாளிகளுக்கு எத்தனை ஏடுகளைக் காட்டினாலும் கருத்துத் துலங்குவதில்லை. சுயமரியாதைக்காரர்களுக்குத் தான் ஆரியரின் வீணான துவேஷமிருக்கிறது என்று எளிதில் கூறிவிடுகிறார்கள். சுயமரியாதை இயக்க சம்பந்தமே இல்லாத, அறிவுத்துறையிலே ஈடுபட்டுள்ள பேராசிரியர்களின் கருத்துரைக்கு, என்ன குற்றங் கூற முடியும்?

ஆரியர், தங்களுடைய கருத்துக்களையும் கடவுட் கதைகளையுங் கூறிவரும்போது அறிவுக்கு இவை பொருந்துமா? ஆராய்ச்சிக்கு ஈடு கொடுக்குமா? என்பன பற்றிக் கவலையே கொள்ளவில்லை. ஆண்டை, அடிமைக்குக் காரணம் கூறிக் கொண்டிருப்பானோ? குழந்தையை மிரட்டக் கிழவர்கள் ஐந்து கண்ணனைப் பற்றியும், ஆறு காலனைப் பற்றியும் கதை கூறும்போது, குழந்தைகள் மிரட்சியுடன் கேட்டு வாய் பொத்திக் கொண்டிருக்குமேயன்றி, 'தாத்தா, இதை நான் நம்பமுடியாது' என்று கூறுவதுண்டா? குழந்தைப் பருவம் மனித சமுதாயத்திற்கு இருந்தபோது தான், இடிதேவன், மின்னல் மாதா, மழை மாகாளி, தீக் கடவுள் எனக் கடவுட் கதைகள் கட்டிவிடப்பட்டன. உலகிலே இதுபோலத் தோன்றிய கதைகள், அறிவுப் பருவத்தை அவனியோர் பெற்றதும் மறையலாயின! ஆனால் இங்கு மட்டும் ஆரியர் அந்த நாள் ஆபாசத்தை இன்றும் விடாப்பிடியாக வைத்துக் கொண்டிருப்பதுடன் அதே கருத்துக்களை மக்களிடையே பரப்புவதையே தங்கள் பிழைப்பாக வைத்துக் கொண்டுள்ளனர். அதனாலேயே, அறிவு சூன்யமே ஞானமென்றும், இருப்பதை இல்லையென்று கூறுவதே வேதாந்தமென்றும், இல்லாததை உண்டு என்று நம்பச் செய்வதே மார்க்கமென்றும் போதிக்கப்பட்டு விட்டது.

அபின் விற்று வாழுபவன், போதை கூடாது என்று பிரசங்கம் புரிவானா?

மற்ற மக்களுக்குத் தெரியாதது தங்கட்குத் தெரியுமென்றும், மற்றவர்களால் சாதிக்க முடியாததைத் தாங்கள் சாதிக்க முடியுமென்றுங் கூறிடுபவனை, ஆராய்ச்சியுடையோர் அவன் ஒரு புரட்டன் என்று ஏசி ஒதுக்குவர், ஆராயுந்திறனற்றாரோ, 'அப்படியா!' என்று ஆச்சரியத்தால் வாய் பிளக்க நின்று கேட்பர், கைகூப்புவர்! இந்த முறையிலே, ஆரியம் தமிழரிலே தன்னுணர்வு, அறிவு நுணுக்கம் அற்றவர்களைப் பலி கொண்டது. வீராவேசங் கொண்ட வேங்கையானாலும், சதுப்பு நிலத்திலே – குழியிலே – வீழ்ந்து விட்டால் சாகத்தானே வேண்டும்! நீள் வையம் எதிர்த்தாலும், எமக்கு நிகர் இல்லை என்று கூறிப் போரிடும் மறத்தமிழரும், ஆரிய மதப் படுகுழியிலே வீழ்ந்ததால் அறிவு, ஆற்றல், ஆண்மை, மானம் எனும் பண்புகளை இழக்க வேண்டி நேரிட்டது! "இந்தியாவில் ஆரிய ஆட்சி" என்றொரு நூல்; ஹாவல் *(Havell)* என்பவர் எழுதியுள்ளார். அதிலே "மதச் சடங்குகளைச் செய்விக்கும் புரோகிதத் தொழிலிலே, பிராமணர்கள் ஏகபோக உரிமை பெற்றனர். இதனால் சுரண்டிப் பிழைக்கவும், ஆபாசமான காட்டுமிராண்டித்தனமான மூட நம்பிக்கைகளைப் பரப்பவும் முடிந்தது. மந்திரத்தால் ஆகாதது ஒன்றுமில்லை! போரில் ஜெயமோ அபஜெயமோ மந்திர உச்சாடனத்தாலே சாதிக்க முடியும்! சமஸ்தானங்களின் க்ஷேமத்துக்கு எதிரியின் வாயை அடக்குதற்கு, இருமலை நீக்குவதற்கு, சடை வளர்தற்கு, எதற்கானாலுஞ் சரியே, மந்திரத்தால் பலன் உண்டு! நித்திய கர்மானுஷ்டானங்களிலே, பிரமாத காரியமோ, அற்ப விஷயமோ எதற்கும் அந்த மந்திரம் அவசியம் தேவை என்று ஆரியர் கூறி வைத்தனர்" என்று ஆசிரியர் கூறுகிறார். இவர் ஈரோட்டு வாசியா? பெரியாரின் சீடரா? சுயமரியாதைப் பிரச்சாரகரா? ஏன் சுரண்டிப் பிழைக்க "மந்திரம்" என்று மயக்கமொழி பேசிப் பார்ப்பனர் வாழ்ந்தனர் என்பதை எழுதுகிறார். 'ஆரியமாயை' யிலே சிக்கி நம்மவர் மீது "துவஜம்" தொடுக்கும் தமிழர்கள் இந்த

ஆராய்ச்சியாளரின் கண்டனத்தைப் பற்றி யோசிக்கக் கூடாதா? “வேதகாலம் முதற்கொண்டு ஆரியர்கள் அனுஷ்டித்து வந்த யாகம் பிராமணருக்கு, மற்றவரைக் கொடுமைப் படுத்தவும், ஏமாற்றவும் ஒரு கருவியாக உபயோகப்பட்டது” என்றும் ஹாவல் எழுதுகிறார். மந்திரம், யாகம் என்பவை பார்ப்பனப் புரட்டு என்று தன்னுணர்வு இயக்கத்தார் கூறினால் கோபங்கொள்ளும் ‘தாசர்கள்’ இந்த ஆராய்ச்சிக்காரரின் உரைகேட்ட பிறகாவது தம் கருத்தை மாற்றிக் கொள்ளக் கூடாதா?

‘ஆரிய ஆட்சி’ ஒரு புரட்டர் கூட்டம் வெள்ளை சனத்தினரை வாட்டி வைத்த வரலாறேயாகும். இல்லை என்பதற்கு எங்கிருந்தாவது ஆதாரம் தேடிக்காட்ட, யாராவது முன் வருவார்களா? என்று கேட்கிறேன்!

“கருத்து சுருண்டு அங்குமிங்கும் அலைந்து உன் மனதிலே அலைமோதிடச் செய்யும். அழகுடன் விளங்கும் கூந்தல், உண்மையிலே நரைத்தது! மினுக்குத் தைலமும் கத்திரிக்கோலும், அவளுடைய கைத்திறனும், உன் காமக்கிறுக்கும் கலந்து உனக்கு மயக்க மூட்டுகிறது!

‘வதனமே சந்திர பிம்பமோ, மலர்ந்த சரோஜமோ’ என்று நீ சிந்து பாடுகிறாயே, சற்று சபலத்தை ஒதுக்கி விட்டு அந்த முகத்தை உற்று நோக்கு! நல்ல இரத்தமில்லாததால் வெளுத்து, காலத்தின் கீறல்கள் நிறைந்த காமுகரின் கரத்தினால் கசங்கிக் கிடக்கும் மோசமும், அதை மாற்ற அவள் அணிந்துள்ள பூச்சு வேஷமும் புலனாகும்!

அந்தச் சிரிப்பிலே நீ சொக்குகிறாய். அது சிலந்தியின் மொழி! வலைவீசும் சாகசம்;. அதைக் கண்டு நீ ஏமாறுகிறாய்! உன் வாழ்வை வளைத்துவிட்ட அவளுக்கு நீ அடி வருடுகிறாய்! உன் அறிவை அழிக்கும் அணைப்பிலே நீ ஆனந்தம்

காண்கிறாய்! உன் பண்பினைப் பாழாக்கிய பார்வையை, நீ பாகு என்று பகருகிறாய்! அந்த மேனியின் பளபளப்பு, வெறும் மேல் பூச்சு! அந்தப் புன்னகை முகத்தாளின் மனம், ஓர் எரி மலை! அவள் ஓர் நடமாடும் நாசம்! உனக்கு வேண்டாமப்பா அவளிடம் பாசம்! உன்னைக் கெடுத்திடுமே அந்தக் காசம்!"; - என்று வெளி வேஷத்தால் வயோதிகத்தை மறைத்துக் கொண்டு, வஞ்சனையுடன் பேசும் வித்தையால் தனது வஞ்சகத்தை வெளிக்குத் தெரியவொட்டாமல் செய்து, நகைமுகங் காட்டி நாசத்தை ஊட்டிடும் நாரியிடம் நேசங் கொண்டு விவேகமிழந்து, காமப்பரவசனாகியுள்ள தன் தோழனுக்குக் கருத்துக் கெடாதவன் கனிவுடன் புத்தி கூறுகிறான்!

"அனங்கன் அம்பாலே அடிபட்டேன்! அவனிடமே சென்று, அதற்கு மருந்து கண்டேன்!" என்று கூறி, காமுகனாகி விட்ட அவன், "போடா உலகமறியாத உன்மத்தா! நீ என்னடா கண்டாய்? அந்த எழிலுடையாளின் இன்சொல்லின் சுவையையும், மதுரகீதத்தின் மாண்பையும், மஞ்சமேவிக் கொஞ்சிடும் பஞ்சபாண வித்தைத் திறத்தையும், அனுபவமில்லாத அபாக்கியசாலி நீ! நான் பெறும் இன்பத்தைத் துன்பமென்று கூறுகிறாய்; நிலவை நெருப்பென நவில்கிறாய்; தென்றலைத் தேள்கடி என்று கூறுகிறாய்; கனியைக் கைப்பு என்றுரைக்கிறாய்; காதலைக் கானல் என்று சொல்லுகிறாய்; உல்லாசத்தை உற்பாதமென்று உரைக்கிறாய்; முல்லையை முள்ளென மொழிகிறாய்; மூடனே, போ! போ! நான் பெற்ற இன்பம் நீ பெறுமுன்னம், நான் கொண்ட அறிவு உனக்கெப்படி பிறக்கும்?" என்று கரையும் காகத்தைக் கடிந்துரைத்து விட்டுக் காலை மலர்ந்ததே, என் களிப்பும் உலர்ந்ததே! என்று கவலைப்படுகிறான்! அவனுடைய வெறி அப்படி இருக்கிறது! குடிகெடுப்பவளை, அவன் கொடியிடையாள் என்று நம்புகிறான். அவனைத் தடுக்க முயலும் நண்பனை நையாண்டி செய்கிறான்.

ஆனால், சித்த வைத்தியர் செந்தூரம் கொடுத்து அலுத்து, பஸ்பத்தைக் கொடுத்துப் பயந்து, கஷாயம் காய்ச்சிக் கொடுத்தும் பயனில்லாதது கண்டு கவலை கொண்டு, 'கடுகு துவரையாகி, துவரை அவரையாகி, அவரை சுரை போலாகி விட்டதே, ஐயோ! நான் என்ன செய்வேன்? கட்டு மாத்திரையால் முடியாது. கத்தியே இனித்துணை' என்று கூறும்போதுதான், காமுகன் கலங்கி நடுங்கி, கைகூப்பிக் கதறி, "கத்தியா" என்று கேட்டுக் கூவி 'கனிவுடன் அன்று நீ சொன்னாயே நண்பா, கசடன் நான் கேட்டேனில்லையே! கண்டவர் ஏசும் நிலைபெற்றேனே! கள்ளியின் கூட்டுறவால் கெட்டேனே!' என்று (புத்தி கூறிய) நண்பனைக் கட்டித் தழுவி அழுவான்.

அதுபோலத் தான் ஆரியம் தனது சூதான சொரூபத்தை மறைக்கச் சாஸ்திரப் போர்வை தரித்துக்கொண்டு வஞ்சகத்தை வேஷத்தால் வெளிக்குத் தெரியவொட்டாது தடுத்து, நாசத்தை நம் இனத்துக்கு நகை முகத்துடன் ஊட்டுகிறது! அந்த நஞ்சினை உண்ணாதீர் என்று கூறும் சுயமரியாதைக்காரர்களை, ஆரிய மாயையிலே சொக்கி அறிவிழந்து கிடக்கும் அன்பர்கள் ஏசுகின்றனர்! ஏளனம் பேசுகின்றனர்! ஆரியத்தால் அழிவு உண்டாகும் அந்தச் சமயத்திலே, 'சு.ம. காரன் சொன்னது சரியாகத்தானே போச்சு! அன்று அவனை நையாண்டி செய்தோம்! இதோ இன்று ஆரியத்தின் காரியத்தைக் கண்டோமே!' என்று ஒரு நாள் கூறித்தான் தீர வேண்டும்.

தமிழ் மாணவர்கள் மனதில் பதிய வேண்டிய சரித ஆதாரங்கள் கீழே தரப்பட்டுள்ளன. தமிழர் என்ற இன உணர்ச்சியுள்ளவர்கள் இந்த ஆதாரங்களையும் இவைபோன்ற வேறு ஆதாரங்களையும் தமிழ் மாணவர்கட்குத் தெரியச் செய்ய வேண்டும். இன்றைய கல்வி நிலையங்களிலே பெரும்பாலும் ஆரியரே சூத்திரதாரிகளாக இருப்பதால், உண்மை மறைகிறது. இப்போது தான், தமிழ்

மாணவரிடையே விழிப்பு ஏற்படுகிறது. விழிப்புப் பரவவும், எழுச்சி அதிகரிக்கவும், ஆதி நாட்களிலிருந்து இதுவரை ஆரியம் செய்த அட்டூழியத்தை வாலிபர்கள் உணரவும் செய்ய வேண்டும்.

ஆரியத்துக்கு முன்பு இந்தியாவின் நிலை என்ன? ஆரிய முறையால் திராவிடத்துக்கு நேர்ந்த அவதி, திராவிடர்கள் எதிர்த்த வரலாறு, அவர்கள் வாழ்க்கை நிலை, இவற்றைப் பண்டைய ஆராய்ச்சி மூலம் சிறிது காலவரையறையுடன், கீழே காட்டப்பட்டிருக்கிறது. இவை சரித்திர ஆசிரியரான தோழர் P.T. சீனிவாச அய்யங்கார் அவர்களால் எழுதப்பட்டு, 1923-ல் பதிப்பிக்கப்பட்டுள்ளது. "இந்திய சரித்திரம்" முதற்பாகத்தில் கூறப்பட்டுள்ள விஷயங்கள்.

கி.மு. 5000 வரை இந்தியாவின் நிலை:

"ஆரியம் பரவுவதற்கு முன் இந்தியாவில் நான்கு வருண பேதங்கள் கிடையா. மண விஷயத்தில் ஆரியர்களின் யக்ஞ முறை அனுஷ்டிக்கப்படவில்லை. வட இந்தியாவில் பேசப்பட்ட பாஷைகள் கொஞ்சம் கொஞ்சமாக சமஸ்கிருதத்தில் கடன் வாங்கியதானாலும், தென் இந்தியா சமஸ்கிருதத்துக்கு அடிமைப்படவில்லை. இந்தியாவில் ஆரம்ப காலத்தில் பேசி வந்த பாஷை இப்போது கோதாவரி, வங்கம், விசாகப்பட்டினம் முதலிய இடங்களில் வசிக்கும் அதிக கல்வியறிவில்லாத மக்கள் பேசும் பாஷையாக இருந்திருக்க வேண்டும். அதனுடைய நாகரிக உருவந்தான் தமிழ் என்பது."

இரும்புக்கருவிக் காலம், - கி.மு. 5000 முதல் 3000 வரை:

"சமஸ்கிருதம் இந்தியாவில் ஆதிக்கம் செலுத்து முன்பு தமிழ் பாஷையிலிருந்து இந்த நாட்டின் பண்டைய வாழ்க்கையைச்

சித்தரித்து விடலாம். அக்காலத்தில் நால்வகை நில (முல்லை, நெய்தல், மருதம், குறிஞ்சி) மக்களே வாழ்ந்தார்கள். கிறிஸ்து சகாப்தம் ஆரம்பமாவதற்குப் பல ஆயிரம் வருடங்களுக்கு முன், தென்னிந்தியாவிலிருந்து குடியேறியவர்கள்தான் (திராவிடர்), சால்தியன் (தற்பொழுது ஈராக் எனப்படும் பிரதேசங்கள்) நாகரிகத்துக்கு ஆதிகர்த்தாக்கள் என்று பல பாஷா பாண்டிதர்கள் நினைக்கிறார்கள். பிரேதத்தை எரிக்கும் வழக்கம் ஆரியம் பரவியதற்குப் பிறகு ஏற்பட்டது. அம்மக்கள் (ஆரியரல்லாதார்) இமயம் முதல் குமரி வரையிலும், சிந்து (நதி) முதல் பிரம்மபுத்திரா (நதி) வரையிலும் பரவிக் கிடந்தனர்.''

ஆரியக் கோட்பாடு, கி.மு. 3000 முதல் 1500 வரை:

''இக்காலத்தில்தான் தெய்வ வழிபாடு புதிய முறையொன்றை அடைந்தது. நெருப்பின் மூலம் கடவுளைத் தொழுதலே அம்முறை. இதை ஒப்புக் கொண்டவர்கள் ஆரியர்கள் என்றும், ஒப்புக்கொள்ளாதவர்கள் தஸ்யூக்கள் (திராவிடர்கள்) என்றும் ஆனார்கள். தேவபாஷையாகிய சாண்டாசா (சமஸ்கிருதம்) பாஷையைத்தான் இந்தோ - ஐரோப்பிய பாஷையெனக் கூறுகிறார்கள்.

இந்த அக்னி வழிபாட்டையும் புதிய பாஷையையும் வட மேற்குக் கணவாய் வழியாய் இந்தியாவிற்கு வந்த அன்னியர்தாம் (ஆரியர்) கொண்டு வந்தனர் என ஐரோப்பியப் பண்டிதர்கள் சொல்லுகிறார்கள். ஆனால் இவை, பிரயாகை (அலகாபாத்)யில் உண்டாயிற்று என்று தான் தெரிகிறது.''

கி.மு. 3000 முதல் 2000 வரை:

பர்க்கவாஸ், அகஸ்தியர் என்ற இரு ஆரியப் புரோகிதக்

குடும்பங்கள்தான், தென்னிந்தியாவுக்கு ஆரியக்கலைகளைக் கொண்டு வந்து பரவச் செய்தன.

"மலையாளத்திலே, பிராமண காலனி (குடியேற்றம்)யும் உண்டாயிற்று. இராமாயண காலத்தில் (கி.மு. 2000) தென் இந்தியா, தஸ்யூக்களின் அல்லது இராக்ஷதர்களின் (திராவிடர்) பலமான கோட்டையாக இருந்தது. அவர்கள் ஆரிய முனிவர்களின் யாகக் கிருத்தியங்களுக்கு விரோதமாக இருந்தார்கள். அந்த இராக்ஷதர்கள் (திராவிட) வட இந்தியரை விட எந்த விதத்திலும் தாழ்ந்தவர்களாயில்லை. இக்காலத்தில் தென்னிந்தியாவில் பல ராக்ஷச ராஜ்யங்கள் இருந்தன. இவற்றுள் பெரியது கோதாவரி பள்ளத்தாக்கிலிருந்த ஜனாஸ் தானா என்ற இராஜ்யமாகும். டெக்கான் காடுகளென்னும் தண்ட காரண்யத்தில் (விந்திய மலைக்குத் தெற்கேயும், திரு வேங்கட மலைக்கு வடக்கேயுமுள்ள பிராந்தியமாகக் கொள்ளலாம்). ஆரியர்களின் கொள்கைகள் பரவுவதைத் தஸ்யூக்கள் வெறுத்தனர்."

வர்ணாசிரமக் கொள்கையான பிராமணன் க்ஷத்திரியன், வைசியன், சூத்திரன் என்பவை யாகங்களுக்காக ஏற்படுத்தப்பட்டவை. விந்திய மலைக்கு வடக்கேயுள்ள பகுதியைப் புண்ணிய பூமியாகக் கருதி, அதற்கு ஆரிய ரிஷிகள் ஆரிய வர்த்தனம் என்று பெயரிட்டனர். அவர்களுக்கு விரோதமானவர்களை அந்த ரிஷிகள் தக்ஷணபாதாவுக்குத் (ஆரிய ஆதிக்கமில்லாத தண்டகாருண்யப் பிரதேசங்களுக்கு) துரத்தினர். தென் இந்தியாவிலுள்ள தஸ்யூக்கள் (திராவிடர்), பேர் பெற்ற வியாபாரிகள், அவர்களை ரிஷிகள், பணிக்கர் என்று அழைத்தனர். ஆரியர் வகுத்த நான்கு வருணங்களையும் சேராதவர்கள் தஸ்யூக்கள் எனப்படுவர்.

மகாபாரதக் காலத்திற்குப் பின் கி.மு. 1409 - 750:

"கி.மு. 1500-இல், பிராமணர்களின் நான்கு ஆசிரமக்

(பிரம்மச்சாரிய, கிரகஸ்த, வானப்பிரஸ்த, சந்யாச நிலை) கொள்கை தலை நீட்டியது. பிராமணர்களுக்கு மட்டுமே பிறப்பு இறப்பு அற்ற மோக்ஷதானம் உண்டு என்ற கொள்கையும் பரவியது. உபநயனம் என்ற சடங்கும், முதல் மூன்று வர்ணத்தாருக்கு மட்டும்தான் என்று ஆயிற்று. பிராமணர்களே புரோகிதராகவும், அரசர்களுக்கு மந்திரிமார்களாகவும் தேர்ந்தெடுக்கப்பட்டனர். அவர்கள் தான் அரசனை அடக்கி ஆதிக்கம் செய்தார்கள்.''

''டவுனுக்குத் தென்புறத்திலே ஓர் இடம் உண்டு. அதில் தான் மன்னரின் தர்பார் நடக்கும். அந்தக் கூட்டத்தில் சொக்கட்டான் நடப்பதுண்டு. முதல் மூன்று வருணத்தார் மட்டுந்தான் அங்கு விளையாட அனுமதிக்கப்படுவார்கள்.''

கி.மு. *750* முதல் *320* வரை:

''இக்காலத்தில் மதம் மனித வாழ்வில் முக்கிய ஸ்தானம் பெறுகிறது என நினைத்து, அரசர்கள் புதிய மதங்களையும் உண்டாக்கி அரசாங்க வருமானத்துக்கு வகை தேடினார்கள். சந்நியாசிகள், அதிலும் பிராமண சந்நியாசிகள் மூலமாகத்தான் மோக்ஷம் கிடைக்குமென்ற புதிய கோட்பாடு உண்டானது. அதன் ஆரம்பந்தான் லிங்கம், சாளக்கிராமம் என்ற விக்ரக வணக்கமாகும். க்ஷத்திரியர்கள் சந்நியாசிகள் ஆவதற்கோ, பிராமணராகப் பிறக்காமல் மோட்சமடைவதற்கோ, ஆரிய மதத்தில் இடங்கிடையாது என்பதை உணர்ந்த இக்காலத்தில் தான், க்ஷத்திரியத் துறவு சமயங்களான சமணமும், பௌத்தமும் எழும்பின.''

''பௌத்தர்கள் எழுதிய பாலிபாஷையும், சமணர்கள் (ஜெயினர் என்றும் கூறுவது உண்டு) எழுதிய அர்த்த மகதி பாஷையும், சமஸ்கிருத பாஷைக்குப் பரம விரோதிகளாகும். (பாஷையிலுங் கூட ஆரியர்-பௌத்த சமணத்தார்களுக்குப்

பகைவர்கள் என்பது கவனிக்கத்தக்கது) புதிதாக எழுந்த பௌத்த-சமண மதங்களால் பிராமணர்களுக்கு மதிப்புக்குறையத் தலைப்பட்டது.”

கி.மு. *320* முதல் *230* வரை:

“இந்தியா பூராவும் மௌரிய அரசர்கள் ஆட்சி செலுத்தினாலும், தமிழர் இனம் மட்டும், அந்தச் சக்கரவர்த்திகளின் ஆதிபத்தியத்தில் வரவில்லை. மூவேந்தர்கள் ஆட்சியில் தமிழக வாணிபம், ஆரியமயமாக்கப்பட்ட வட இந்திய ராஜ்யங்களுடனும், மேற்கே பாரசீகம் (பெர்சியா) எகிப்து, அரேபியா, கிரீஸ், (தமிழில் யவன நாடு) ஆகிய தேசங்களுடனும், கிழக்கே பர்மா (சுவர்ண பூமி என்றுங் கூறுவர்) மலேயா, ஜாவா (சாவகம் என்றும் பெயர்) சுமத்திரா, சீனம், சீபம் (சயாம் என்பார்கள் ஆங்கிலத்தில்) ஆகிய தேசங்களுடனும் நடைபெற்றது.”

“பின்னர் கொஞ்சம் கொஞ்சமாகத் தமிழ் மன்னர்கள் அரண்மனைகளில், பிராமணர்கள் செல்வாக்கடைய ஆரம்பித்தார்கள். பிராமணர்களின் யாக முறைகளில் ஆசை பிறந்தவுடன், அவர்கள் உண்டாக்கிய சந்திர சூரிய வம்சத்தில் தாங்களும் சம்பந்தப்படுத்திக் கொள்ளும் வேட்கையும் பிறந்தது சேர, சோழ, பாண்டிய மன்னர்களுக்கு. அகஸ்திய கோத்திரத்தைச் சேர்ந்த பிராமணர்கள் தமிழ் பாஷையைக் கற்றுக் கொண்டு, தமிழ் பாஷைக்கு ஐந்திர சிஸ்டத்தில் சமஸ்கிருத இலக்கணத்தை உண்டாக்கினார்கள். அரசன் ஆரியக் கோட்பாட்டில் மயங்கினாலும் தமிழ்ப் பொது மக்கள் ஆரிய மத சமூக வலையில் அகப்பட்டார்களில்லை.”

கி.மு. *230* முதல் கி.பி. *300* வரை:

“கி.பி. 150 - இல் பிராகிருதமொழி போய், சமஸ்கிருதம்

அரசாங்க பாஷையாகியது வடநாட்டில். இக்காலம், பல்லவர்கள் மாளவ தேசத்தை ஆண்ட சமயம். காஞ்சியை ஆண்ட ஆரியமயமாக்கப்பட்ட பல்லவர்களே கி.பி. 200க்கு முன் தமிழ்நாட்டில் பிராகிருத மொழியை உத்தியோக பாஷையாக்கினார்கள். வட இந்தியாவில் இருந்த அரசியல் முறையைத் தமிழ்நாட்டில் புகுத்தினார்கள். தமிழ் அரசர்களும் ஆரியத்தைப் பின்பற்றி, இராஜ சூய யாகம் முதலியன செய்ய ஆரம்பித்தனர். இராமாயணமும், பாரதமும் அவர்களுக்குச் சொல்லப்பட்டது. மனுதர்ம சாஸ்திரம் வட இந்தியாவின் கீழ்ப்பகுதியில்தான் எழுதப்பட்டது! (இதனால் இம்மூன்று நூற்களும், அவற்றிற் பிறந்த கிளை நூற்களும், தமிழகத்துக்குப் புறம்பானவை என்பது பெறப்படுகிறது)''

கி.பி. 320 முதல் 600 வரை:

''இக்காலத்தில் மத்திய இந்தியாவில், யசோதர்ம தேவன் என்ற பிராமணர் பிரக்யாதியாய் அரசாண்டார். இவரைக் கலியுக அவதாரமென்று அழைத்தனர். ஜெயினர்கள் (சமணர்) அவரை வெறுத்தனர். இஸ்லாம் ஆட்சி பரவிய பன்னிரண்டாம் நூற்றாண்டில் தான், இந்தக் கலியுக அவதாரக் கொள்கை உண்டாகியிருக்கிறது. நர்மதை, கிருஷ்ணா ஆகிய இரு நதிகளுக்குமிடையே ஆண்ட வகாடா வம்சத்தைச் சேர்ந்த ஹரிஷேணாவின் மந்திரிகள், மலபார் பிராமணர்களாய் இருந்தனர். இந்த நூற்றாண்டில் கூட வட நாட்டின் கோட்பாடு, பழக்க வழக்கங்கள் தமிழ்நாட்டில் ஆதிக்கஞ் செலுத்தவில்லை. பல நூற்றாண்டாக மூன்றாம் சங்கம் பாண்டிய மன்னர்களால் நடைபெற்றது. இவற்றினால் தமிழர் வாழ்க்கை கி.மு. 5000 முதல் கி.பி. 400 வரை யாதொரு மாறுதலும் இன்றி ஒரே படித்தரமாக அமைந்திருந்தது.''

இந்நிலையில் இன்றுள்ள இந்து மகாசபைக்கு என்ன இலட்சியம் இருக்கிறது, இந்து ஆட்சியை ஏற்படுத்த?

இந்துஸ்தானம் இந்துக்களுக்கே என்று கூற முடியுமானால் ஏற்படுத்தட்டும்!

சரி! செய்யட்டுமே அதனை! இந்துஸ்தான் இந்துக்களுக்கு ஏற்பட இந்து மகாசபை வேலை செய்ய வேண்டும். வைகை நதிக்கரையிலே ஏன் வறட்டுக் கூச்சலிட வேண்டும்? இந்துக்களுக்குத் திராவிட நாட்டில் என்ன வேலை? இந்துஸ்தானத்திலே இரதகஜதுரக பதாதிகளை புண்ய தீர்த்தப் புரோஷணத்தை, பூவையர் பாடலை, ஆடலை, அம்பு விடுவதைச் செய்வதை விட்டு, இங்கு என்ன வேலை என்று கேட்கிறோம்?

"இந்து" என்றால் யார்? இந்துஸ்தானம் என்பது எது? திராவிடர் யார்? திராவிட நாடு என்பது எது? என்ற பிரச்சினையைத் தீர்த்துக் கொள்ள விரும்பும் எந்த வீரரும், வீராங்கனையும் வேறு எங்கும் போக வேண்டாம். நல்ல படிப்பகத்துக்குப் போகட்டும்; அகராதியைப் பார்க்கட்டும்; இலக்கியங்களைக் காணட்டும்; உண்மை விளங்கும்.

நேரம் கிடைக்காது என்பர். உண்மை! சுருக்கித் தொகுத்து நாமே தருகிறோம். படித்து உணரட்டும்.

இராமேஸ் சந்திர தத் எழுதிய "புராண இந்தியா".

இராமேஸ் சந்திர முசும்தார் எழுதிய "பூர்வீக இந்திய சரித்திரமும், நாகரிகமும்".

சுவாமி விவேகானந்தர், "இராமாயணம்" என்னும் தலைப்பில் பேசிய பேச்சு.

1922-ல் கேம்பிரிட்ஜ் பிரசுரித்த, "பழைய இந்தியாவின் சரித்திரம்".

இராதா குமுத முகர்ஜி எழுதிய "இந்து நாகரிகம், ரிக்கு வேதம்".

ஜேம்ஸ் மர்ரே எழுதிய "அகராதி".

பண்டர்கார் கட்டுரைகள்.

டாக்டர் கிருஷ்ணசாமி அய்யங்கார் எழுதிய "தென் இந்தியாவும், இந்தியக் கலையும்".

P.T. சீனிவாசய்யங்கார் எழுதிய "இந்திய சரித்திரம்".

ஜெகதீச சந்தர்டட் எழுதிய "இந்தியா-அன்றும் இன்றும்".

A.C. தாஸ் எழுதிய "வேதகாலம்".

C.S. சீனிவாசாச்சாரியார் எழுதிய "இந்திய சரித்திரம்", "இந்து இந்தியா".

H.G. வெல்ஸ் எழுதிய "உலக சரித்திரம்".

சகலகலா பொக்கிஷம் என்னும் "நியூ ஏஜ் என்சைக்ளோபீடியா".

C.G. வர்க்கி (மாஜி மந்திரி) எழுதிய "இந்திய சரித்திரப் பாகுபாடு".

ஹென்றி பெரிஜ் 1965-ல் எழுதிய விரிவான "இந்திய சரித்திரம்".

இ.பி. ஹாவெல் எழுதிய "இந்தியாவில் ஆரிய ஆட்சி".

G.H. இராபின்சன் எழுதிய "இந்தியா".

நாகேந்திரநாத் கோஷ் எழுதிய "ஆரியரின் இலக்கியமும் கலையும்".

வின்செண்ட் ஏ ஸ்மித் எழுதிய "ஆக்ஸ்போர்ட் இந்திய சரித்திரம்"

"இம்பீரியல் இந்தியன் கெஜட்"

சர். வில்லியம் வில்சன் ஹண்டர் எழுதிய "இந்திய மக்களின் சரித்திரம்"

இராகோசின் எழுதிய "வேதகால இந்தியா"

இவ்வளவு ஆராய்ச்சியாளர்களிடமும் 'தப்பி' பிறகு நம்மிடம் வரட்டும். வீர சவர்க்காரும், வீர வரதரும், வயது முதிர்ந்த (ஆனால் விவேக முதிர்ச்சிக்கு நாம் உறுதி கூற முடியாது) திவான்பகதூர் சாஸ்திரியாரும்!

இந்துஸ்தானம் என்ற பகுதி, குஜராத், இராஜஸ்தான், ஐக்கிய மாகாணம் ஆகிய பிரதேசம் கொண்ட இடம்.

சரித பாகங்களை ஒட்டியும் விளக்கவும் அவ்வப்போது வெளியிடப்படும் பூகோளப் படங்களில் இந்துஸ்தானம்

என்ற பகுதி தெளிவாகக் குறிப்பிடப்பட்டிருக்கிறது. எங்கே போய் அந்தப் படங்களைத் தேடிக் கொண்டிருப்பது? என்று இந்து மகாசபைக்காரர் கவலைப்படுவர். உண்மை தான். அவர்களுக்கு வேலை அதிகம். தேடித் திரியவேண்டாம். நாமே குறிப்புத் தருகிறோம்.

கான்ஸ்டேபிள் கம்பெனியார் வெளியிட்ட பூகோளப் பாடப் புத்தக *(Atlas)* த்தில் இந்தியா எனும் பூபாகத்தில் இனவாரி வட்டாரமும், மொழிவாரி வட்டாரமும் பிரித்து வேறு வேறு வர்ணம் தீட்டப்பட்டு வெளியிடப்பட்டிருக்கிறது. இரு விதமான படங்களிலும், திராவிடம் தனியாக இருக்கக் காணலாம்.

சரித சம்பவங்களில் முக்கியமானவற்றை நோக்கினாலும், இந்தியா எனும் பூபாகத்தில், இடையிடையே ஏற்பட்ட "வல்லரசு"களின் எல்லைகளை நோக்கினாலும், எந்த இராஜ்யமும், விந்தியமலைக்கு மேற்புற அளவோடு தான் இருக்கக் காண்பர். நர்மதை ஆறு நமக்கும் ஆரியத்துக்கும் இடையே மிக்க ரமணியமாக ஓடிக் கொண்டிருந்தது என்பதைச் சரிதம் படிப்போர் அனைவரும் நன்கு அறிவர்.

இத்தகைய தனித் திராவிட நாட்டிலே இந்துக்களுக்கு என்ன வேலை இருக்கிறது? இந்து மதத்தின் பேரால் இம்சை பல செய்தது போதாதா? இன்னமும் இந்துஸ்தானத்துக்கும், பாகிஸ்தானத்துக்கும் தகராறு இருப்பதாக திராவிட நாட்டிலே பேசி, இங்குள்ள மக்களை ஏன் வம்புக்கு இழுக்கிறார்கள் என்று கேட்கிறோம். ஒரு குடம் கங்கை நீரை இங்குக் கொண்டு வந்து புரோக்ஷணம் செய்வதைவிட இந்து மகா சபையினர் கங்கையிலே நன்றாக முழுகி எழுந்து அங்கே பேசட்டும். இந்துஸ்தானத்தைத் தமதாட்சிக்குட்படுத்திக் கொள்ளட்டும். பாகிஸ்தானத்தாரும் அதைத் தடுக்கவில்லை. நாமும் தடுக்கவில்லை. மேலே பாகிஸ்தான்! தெற்கே திராவிட நாடு! இடையே இந்துஸ்தான்! இதுதான் முடிவு.

முன்பு, திவான் பகதூர் *K.S.* இராமசாமி சாஸ்திரியார் மதுரையில் நடைபெற்ற இந்துமகாசபை மாநாட்டு வரவேற்புத் தலைவராக இருந்து ஆற்றிய சொற்பொழிவில், இங்கு இந்து மகாசபையைக் கூட்ட வேண்டி வந்த உட்காரணத்தைக் கக்கிவிட்டார். அதாவது, இந்து-முஸ்லீம் பிரச்சினையைப் பற்றிய பயங்கரமான பீதிகளைக் கிளப்பிவிட்டுத் திராவிடத்தில் உள்ளோரையும் "இந்துக்கள்" என்று பாத்யதை கொண்டாடித் திராவிடரைத் துணைக்கு அழைப்பதுபோல் நடித்து, ஆரியத்தை நிலைக்கச் செய்வது தான் இங்குள்ள இந்து மகா சபையினரின் உண்மையான கருத்து. அது சாஸ்திரியாரின் பேச்சில் தெளிவாகத் தெரிகிறது.

ஆரியர் - திராவிடர் பிரச்சினை பற்றியும், பெரியாரின் திட்டமாகிய திராவிட நாட்டுப் பிரிவினை விஷயமாகவும் சாஸ்திரியார் பேசியிருப்பதுடன், அவை ஆதாரமற்றவை, ஆபத்தானவை என்றும் கண்டித்திருக்கிறார்.

பலமான அஸ்திவாரம் போட்டுக் கொள்ள வேண்டுமென்று சாஸ்திரியார் நினைக்கிறார். ஆகவே இந்து என்ற சொல்லுக்கே அவர், "இந்து என்றால், இந்த நாட்டைப் பிறந்த இடமாகவும் புண்ணிய பூமியாகவும் கருதுகின்றவன் என்பது பொருள்" என்று கூறுகிறார்.

இவரது வியாக்கியானத்துக்கு ஆதாரம் என்ன என்பதை அவர் கூறவில்லை.

"இந்து" என்ற பதத்திற்கு இதுவரை ஆராய்ச்சியாளர்களும், சரித்திரம் எழுதினோரும், அகராதிக்காரர்களும் கொடுத்துள்ள பொருள் என்ன என்று கேட்கிறோம்.

படித்த எவரிடமும் உள்ள ஜெம் அகராதியில் *(Gem Dictionary)* பார்க்கட்டும். மேதாவிகளுக்குத் தோழன் எனக் கருதப்படும் சேம்பர்ஸ் *(Chambers)* அகராதியைப் பார்க்கட்டும். பல நாட்டுத் தகவல்களைத் தொகுத்துத் தரும் என்சைக்ளோபீடியாக்களைப் பார்க்கட்டும். "இந்து" என்பதற்கு என்ன பொருள் தரப்பட்டு இருக்கிறது என்பது விளங்கும். ஒரு டி.ஏ. சாமிநாதய்யர் என்பவர் வெளியிட்டாரே *(Gem)* ஜெம் அகராதி. அதில் "இந்து" என்பதற்கு 467-ஆம் பக்கத்தில் பொருள் கூறப்பட்டிருக்கிறது. யாது அப்பொருள்?

இந்து என்றால், சனாதன தர்மானுசாரி! இந்துஸ்தானம் என்பதற்கு பியர்ஸ் என்சைக்ளோபீடியா தந்துள்ள பொருள்: இமயத்துக்கும் விந்தியமலைக்கும் இடையே உள்ள பிரதேசத்தில் ஒரு பகுதி என்பதாகும். இந்து என்பது ஆரியரையும், இந்துஸ்தானம் என்பது ஆரிய வர்த்தனத்தையும் குறிக்கும். இதைச் சாஸ்திரியார் மறுக்க எந்த ஆதாரத்தையும் — அவரது ஆத்திரத்தைத் தவிர — காட்டுவதற்கில்லை.

இந்த இந்துஸ்தானம், இந்து, இந்துமதம் ஆகியவற்றிற்கும், திராவிடநாடு, திராவிடர், திராவிடர் சமயம் ஆகியவற்றுக்கும் அடிப்படையான வேறுபாடுகள் உள்ளன. நிலவளம் முதற்கொண்டு மக்கள் மனவளம் வரை வேறுபாடுகள் உண்டு. வேறுபாடுகள் இருப்பினும் கேடொன்றும் நேரிடாது என்றிருக்கலாம்! முரண்பாடுகள் உள்ளன! அவற்றை மறைத்துப் பயனில்லை; மூடி வைத்து ஆகப்போவது ஒன்றுமில்லை. மிக்க தந்திரத்தோடு ஆரியர் காங்கிரசின் துணையை நாடியோ, இந்து மகாசபையின் துணை கொண்டோ, வெள்ளையரின் துணை கொண்டோ திராவிட மலர்ச்சியைத் தடுக்க முயன்றால், "தாமதம்" ஏற்படக் கூடுமே தவிர, "தடை"யேற்படாது. முடிவு பிரிவினை தான்!

சரிதமும், இலக்கியமும், சான்றோர் சொல்லும் திராவிடம் தனிநாடாக இருந்ததை மெய்ப்பிக்கின்றன. வேதகாலம்

முதற்கொண்டு வேற்றுநாட்டு மன்னர்கள் படையெடுப்புக் காலம்வரை திராவிடம் தனி நாடாகவே இருந்தது!

ஆரிய ராஜ்யங்களாகக் காந்தாரம், காம்போஜம், விதேகம் முதலியன இருந்தபோதும், திராவிடம் தனி ஆட்சியாகவே இருந்தது!

இராஜக்கிருகத்தைத் தலைநகராகக் கொண்டு "மகோன்னத"மாக மகதராஜ்யம் நடத்தப்பட்ட போதும், திராவிடம் தனிதான். மகதராஜ்யத்தின் "மணிகள்" எனப் பாணினி, பதஞ்சலி முதலிய "ஆரிய சிரேஷ்டர்கள்" ஒளி வீசவும் நாளந்தா, விக்ரமசீலா முதலிய ஆரிய சர்வகலா சாலைகள் ஆரியக் கதிர்களைப் பரப்பியபோதும், ஆரிய ஒளியும்-கதிரும், விந்தியத்தைத் துளைத்துக் கொண்டு திராவிடத்தினுள்ளே வரமுடியவில்லை, திராவிடம் தலை நிமிர்ந்தே நின்றது.

சாணக்கிய தந்திரம் இந்து சாம்ராஜ்யத்தைக் கட்டியாண்ட சந்திரகுப்தன் காலத்திலும், திராவிடம் தனியாகவே இருந்தது.

அன்புடன் கூடிய ஆட்சியை நடத்திய அசோகர் காலத்தில் மட்டுமே, திராவிட எல்லைப் பிரதேசத்தின் ஒரு பகுதியை வடநாட்டு வல்லரசு தன்னுள் கொண்டிருந்தது. கடுமையான கலிங்கப் போருக்குப் பிறகு, இந்தப் பகுதி அசோகர் ஆட்சிக்குட்பட்டது. ஆனால் அந்தப் போரில் கலிங்கர் காட்டிய வீரம் அசோகரைத் திணறவைத்ததுடன், விடுதலை வீரர்கள் மடிந்து வீழ்ந்த குழிகள் அவரது குலையை நடுங்க வைத்தது! அதனால் இனிச் சண்டையே வேண்டாம் என்று கூறுமாறும் அன்புடன் ஆளவேண்டும் என்ற போக்கை அவர் கொள்ளும் படியும் செய்வித்தது. திராவிடம் காட்டிய வீரம் அசோகருக்கு அறத்தின் மீது அளவிலாப் பற்றுப் பிறக்கும்படிச் செய்தது.

குஷான் வகுப்பினர் ஏற்படுத்திய இராஜ்யம், விரிந்து பரந்து இருந்தது; ஆனால் விந்தியத்தோடு நின்றது. திராவிடம் தனி நாடே.

வீணை வாசிப்பதால் விற்பன்னர்களைப் பரவசப்படுத்தவும், வாள் எடுத்து வீசுவதால் வீரர்களைப் பயங்கொள்ளச் செய்யவும் ஒருங்கே ஆற்றல் பெற்றவரும் இந்திய நெப்போலியன் என்ற பட்டத்தைச் சரித்திராசிரியரிடமிருந்து பெற்றவரும், சூரனுமாகிய சந்திரகுப்தன் தனது வீரம் முழுவதையும் நர்மதை ஆற்றுக்கு மேலேதான் காட்ட முடிந்தது. திராவிடம் புகவில்லை!

மாளவம், கூர்ஜரம், சௌராஸ்டிரம் ஆகிய 'ராஜ்யங்களை' வீழ்த்தியவனும் காளிதாஸர், அமரசிம்மர், தன்வந்திரி ஆகிய ஆரியக் கலைவல்லாருடன் அளவளாவி ஆண்டவனுமான விக்கிரமாதித்தியன் என்ற காரணப் பெயரும், இரண்டாம் சந்திரகுப்தன் என்ற இயற்கைப் பெயரும் பெற்ற மன்னனையும் விந்தியம் மடக்கிவிட்டது. அவன் திராவிடநாடு புகவில்லை!

ஆரியம் உச்சநிலை அடைந்திருந்த காலம் அது. 'பொற்காலம்' என்று புகழ்பெற்ற நேரம், புரோச் காம்பே துறைமுகங்களில் வியாபாரம் செழித்த சமயம். ஆரிய பட்டர் தமது ஆற்றலைக் காட்டிய நேரம். 'இந்து மதம்' என்றுமடையா ஆதிக்கம் பெற்று புத்த மதத்தை ஒடுக்கிய சமயம். அந்தப் பொற்காலத்திலும் *(Golden Age)* திராவிடம் தனி நாடாகவே தழைத்திருந்தது.

பாணர் எழுதிய ஹர்ஷ சரித்திரத்தைப் படிப்போர், ஹர்ஷன் வீரத்தை உணர்வர். கனோஜ் நகரைத் தலை நகராகக் கொண்டு ஆண்ட ஹர்ஷர், ஆறு ஆண்டுகள் வாளை உறையிலிடாது

போர் புரிந்த வீரர், எத்தனையோ வெற்றிகள் கண்டவர். அவர் தோற்று தமது உறைவாளை உறையிலிட்டு ஓடியது, திராவிட நாட்டு எல்லையில்தான்! நருமதைக்குத் தெற்கேதான்! இரண்டாம் புலிகேசி எனும் இரணகளச் சூரன் ஹர்ஷனைத் தோற்கடித்தான்.

இங்ஙனம் வடநாட்டில் ஆரியர் நிறுவிய எந்த வல்லரசும் விந்தியத்திற்குக் கீழே வந்ததில்லை. 'வீராதி வீரர்கள்' வாழ்ந்தபோதெல்லாம் திராவிடம் தனி நாடாகவே இருந்தது; தனிச் சிறப்புடனே விளங்கிற்று.

கஜினி, கோரி, குத்புதீன், அலாவுதீன், துக்ளக், பாபர், அக்பர், அவுரங்கசீப் ஆகியோர் காலத்திலும் திராவிடத்தை எந்த வல்லரசும் அடக்கி அழிக்க முடியாது போயிற்று!

ஏன்? திராவிடம் ஆண்டவனின் அவதார புருடர்களை மட்டுமே நம்பிக்கொண்டு வாழ்ந்ததா? அற்புதங்களை, யோகங்களை நம்பிக்கொண்டு வாழ்ந்ததா? இல்லை! இல்லை! வீரத்துடன் இருந்தது.

"மிளையும், கிடங்கும், வளைவிற் பொறியும்,
கருவிரலூகமும், கல்லுமிழ் கவணும்,
பரிவுறு வெந்நெயும், பாகடு குழிசியும்,
காய்பொன் னுலையும், கல்லிடு கூடையும்,
தூண்டிலும், தொடக்கும், ஆண்டலை யடுப்பும்,
கவையும், கழுவும், புதையும், புழையும்,
ஐயவித் துலாமும் கைபெய ரூசியும்,
சென்றெறி சிரலும், பன்றியும் பணையும்,
எழுவும், சீப்பும், முழுவிறற் கணையமும்,
கோலும், குந்தமும், வேலும், பிறவும், ..."

கொண்டு போரிடும் வீர மரபினராகத் திராவிடர் இருந்ததால், அம்பெய்யும் பொறி, கரிய விரலையுடைய குரங்கு போன்ற கடிக்கும் பொறி, கல்லெறியும் கவண், கோட்டை மீதேற முயலும் எதிரி மீது காய்ச்சி ஊற்றும் எண்ணெய். அவ்விதமான எண்ணெய் முதலியன ஊற்றுதற்கான பாத்திரம். இரும்புக் கம்பிகளைக் காய்ச்சும் உலை, கல்லும் கவணும் வைக்கும் கூடை, கோட்டை மதில்மீது ஏற முயலும் எதிரிமீது மாட்டிவலிக்கும் தூண்டில் போன்ற கருவி, சங்கிலி, எதிரியின் மீது வீசச் சேவல் தலைபோன்ற பொறி, அகழியைத் தாண்டி மேலே ஏறும் எதிரியைத் தாக்கிக் கீழே தள்ள இரும்பு உலக்கை அம்புக்கூட்டம், எதிரிகள் மீது தீ வீசும் பொறி, சிற்றம்புகள் எய்யும் யந்திரம், மதின் மேற்புறத்து உச்சியில் ஏறும் எதிரியின் கைகளைக்குத்தும் ஊசிகள், மதிலில் ஏறினவன் உடலைக் கிழிக்கும் இரும்பாற் செய்த பன்றி உருவுடைய யந்திரம். மூங்கில் போன்ற உருவுடைய இரும்புக் கம்பிகள், கோட்டைக்கு ஆதரவாகப்போடப்படும் பெரிய மரக்கட்டைகள், அவற்றுக்குக் குறுக்கே போடும் உத்திரங்கள், தடி, ஈட்டி, வேல், வாள், வீசும் பொறி முதலியன கொண்டு போரிட்டனர் திராவிடர்.

சிலப்பதிகாரத்தைப் படிப்போர், இந்த நெஞ்சை அள்ளும் சேதியைக் காண்பர்.

அன்று திராவிடர், ஆரியர்போல் “அரி அர மாயை” மேக வாயுவாஸ்திரம், சித்து முதலிய ஜாலங்களை, கட்டுக் கதைகளைப் புனைந்துகொண்டு வாழவில்லை. வீரத்தோடு வாழ்ந்தனர். தனித்து நின்று தனிச்சிறப்புப் பெற்றனர்.

திராவிட நாடு இங்ஙனம் இருக்கவில்லை என்று இந்து மகா சபையினர் கூற முடியுமா? அத்தகைய நாடு மீண்டும் தனிநாடானால், பண்டைக் காலத்திற்கேற்ற பொறிகள், போர்க்கருவிகள் கொண்டு தம்மைத் தாம் பாதுகாத்துக்

கொண்டதுடன், வடக்கே ஆரியர் ஏற்படுத்திய எந்த வல்லரசுக்கும் தலைவணங்காது வாழ்ந்தது போலவே, இக்காலப் போர்க்கருவிகளான துப்பாக்கி, தோட்டா, பீரங்கி, வேட்டு, டாங்கி, டார்பிடோ, விமானம், வெடிகுண்டு, கப்பல், சப்மெரைன் முதலியன கொண்டு வல்லரசுகளுக்கு இரையாகாமல் வாகை சூடி வாழ முடியாதா என்பதைத் தான் திருப்பாவை பாடும் திவான்பகதூர் யோசித்துப் பார்த்துப் பதில் கூற வேண்டுகிறோம். கூறுவாரா?

திராவிடம் தனிநாடாகவே இருந்து வந்தது என்பதைச் சரித்திர, இலக்கிய ஆதாரங்களைக் கொண்டு நாம் விளக்கினோம். ஆனால், அது திவான் பகதூர் இராமசாமி சாஸ்திரி போன்றோர்க்கு விளக்கம் தராது!

"ஆரியர் வெளிநாட்டிலிருந்து வந்தவர்கள், திராவிடர் இங்கேயே தோன்றினவர் என்றுரைக்கிறார்கள். இதுவுந்தவறு" என்று சாஸ்திரியார் மதுரை மாநாட்டிலே கூறினார். அவருக்குத் ததாஸ்து கூறும் பேர்வழிகளைப் பற்றி நமக்குக் கவலையில்லை. ஆனால் சாஸ்திரியாரும் அவரது சீடர்களும் இங்ஙனம் கூறினாலும், அவர்கள் பிள்ளைகள் இன்று பள்ளிக் கூடங்களில் படிப்பது, 'ஆரியர் வெளிநாட்டார் - திராவிடர் பூர்வகுடிகள் - திராவிடரை ஆரியர் தஸ்யூக்கள் என்று இழிவாகக் கூறினர்' என்பது தான். சிறு பிள்ளைகள் உள்ளத்திலே இந்த உண்மை இடம்பெறும்போது நரைத்த நடுங்கிகள் வேறுவிதமாக நாவசைப்பது பற்றி நமக்கென்ன கவலை!

"இந்துக்கள் பெருந்தன்மையான, உதாரணமான நோக்கமுள்ளவர்கள்" என்று சாஸ்திரியார் கூறுகிறார். இது உண்மை என்று சேரியை ஒருமுறை கண்ட எவரேனும் ஒப்புக்கொள்ள முடியுமா? கொடுங்கோன்மைக்கு, மக்களை மக்கள் கசக்கிப் பிழிவதற்கு, மிருகத்தனமாக நடத்துவதற்கு, மனுவை விடச் சிறந்த குரு வேறு எங்கும் இராரே, மனு ஆரிய

சிரோமணி! 'இந்து' பெருந்தன்மை அதிலே தெரிகிறதே தெளிவாக! இன்னமுமா, ஏய்க்கப் பார்ப்பது?

மலத்தை மிதித்துவிட்டால் காலைக் கழுவினாலே போதும்; மனிதனை(ஆதிதிராவிடனை)த் தீண்டிவிட்டால், குளிக்க வேண்டுமே! பிராயச்சித்தம் செய்து கொள்ள வேண்டுமே பிராமண குலோத்தமர்கள்! இதுதான் தாராளம், பெருந்தன்மை!

இங்ஙனம் வீணுரை நிகழ்த்திக் கொண்டு, வெந்த புண்ணில் வேல் நுழைக்க வேண்டாம். மிதிபடும் புழுவும் சில சமயம் கொட்டும் என்று நாம் சாஸ்திரியாருக்குக் கூறுகிறோம்.

சனாதனத்துக்கு, வைதீகத்துக்கு புதுத் தத்துவார்த்தப் பொருள் கொடுத்துவிட்டால் போதாது. "என் இராமன் வேறு, என் வர்ணாஸ்ரமம் வேறு" என்று காந்தியார் கூறுவது போல், 'சனாதனி பலஜாதி இருக்க வேண்டுமெனக் கூறலாகாது!' என்று கூறிவிட்டால் போதாது, தாம் உழைப்பதுதான் சனாதனம், வழக்கத்தில் நடைமுறையில் இருப்பது உண்மையான சனாதனமாகாது என்று திவான் பகதூர் சாஸ்திரியார் உள்ளபடி 'இருதயப் பூர்வமாக'! நம்பினால், இன்று முதல் உண்மைக்கு மாறானது என்று அவர் கருதும்படி இருக்கும் சனாதனத்தை அழிக்க முற்படட்டும், அது வீரம்! அது ஆண்மகன் செயல்!

"முஸ்லீம் லீக் பாகிஸ்தான் கேட்கத் தொடங்கியதைப் பார்த்துப் பெரியார் இராமசாமி நாயக்கரும் அவருடைய கட்சியைச் சார்ந்தவர்களும், 'தமிழ்நாடு' திராவிடநாடு என்றும், அதை வேறு தேசமாகப் பிரித்துவிட வேண்டும், அதிலிருந்து ஆரியர்களை நீக்கிவிட வேண்டும் என்றும் ஆரம்பித்தார்கள்" என்று சாஸ்திரியார் கூறுகிறார்.

பாகிஸ்தான் என்பதின் எதிரொலியல்ல, "திராவிடஸ்தான்" என்ற முழக்கம். மூலம் திராவிடஸ்தான் என்ற முழக்கமே!

அதன் வடநாட்டுப் பதிப்பே பாகிஸ்தான் என்ற முழக்கம். பாகிஸ்தான், லாகூர் லீக் மாநாட்டில் எழும்பியது 22-3-40இல். திராவிட நாட்டைத் தனி நாடாக்க வேண்டும் என்பது ஜஸ்டிஸ் கட்சி மாநாடு சென்னையில் கூடிய போது பெரியாரின் பேருரையிலிருப்பது. இது 1938 டிசம்பரில்! இந்த ஆண்டு வித்தியாசங் கூடச் சாஸ்தியாருக்குத் தெரியாமற் போனது அதிசயமே!

"இந்துக்களுக்குள் எந்தக் காரணத்தாலாவது மனக்கசப்பு இருந்தால் அதை நமக்குள் சமாதானமாகத் தீர்த்துக் கொள்ள வேண்டுமே தவிர, ஒரு வகுப்பார் தாங்கள் இந்துக்களே அல்ல என்று முஸ்லீம்களோடு சேர்ந்து ஒத்துழைப்பதா?" என்று சாஸ்திரியார் கேட்கிறார்.

இந்துக்களுக்குள் தகராறு என்ற தத்துவம் மறைந்து வெகு நாட்களாகி விட்டன! "நானும் இந்து தானே, என்னை ஏன் கொடுமைப்படுத்துகிறீர்? என்னை ஏன் தாழ்ந்த ஜாதி என்று கூறுகிறீர்?" என்று கைகூப்பிக் கேட்டபோது, நெஞ்சம் திறக்கவில்லை! பிறகே நாம் யோசித்தோம். ஒரு சிறு கூட்டம் நம்மை இங்ஙனம் கொடுமைப்படுத்தக் காரணம் என்ன என்ற உண்மை விளங்கிற்று, இது இனப்போராட்டம் என்பது தெரிந்தது. அவர்கள் ஆரியர். நாம் திராவிடர்! அதே ஆராய்ச்சியே, முஸ்லிம்கள் திராவிட இனம், இஸ்லாமிய மார்க்கம் என்ற உண்மையை உரைத்தது. ஆகவே திராவிட இஸ்லாமியக் கூட்டுப்படை கிளம்பிற்று. சாஸ்திரியார் கூறுவது போல, திராவிட நாட்டிலிருந்து ஆரியரை ஓட்ட அல்ல; ஆரியத்தை ஓட்ட! அதற்கு முஸ்லீம்களுடன் ஒத்துழைப்பதா? என்கிறார் சாஸ்திரியார். ஆம்! அமெரியிடம் ஒத்துழைக்கிறீர் நீர். அதை மறக்கவேண்டாமென்று சாஸ்திரியாருக்குக் கூறுகிறோம். ஆங்கிலேயரும் ஆரியரும்

ஒரே இனம். இனத்தோடு இனம் சேருகிறது. திராவிடரும் - இஸ்லாமியரும் ஒரே இனம்! இனத்தோடு இனம் சேருகிறது!

பெரியார் இராமசாமி நாயக்கர், பாகிஸ்தானத்துக்குட்பட்டு வாழ்ந்தாலும் வாழலாமே ஒழிய, ஆரியருடன் வாழக்கூடாது எனக் கோவை மாநாட்டில் உரைத்தார் என்று சாஸ்திரியார் சோகிக்கிறார். உண்மைதான்! பெரியார் அங்ஙனம் தான் உரைத்தார். இனம் இனத்தோடு சேரும் என்ற நியதியை எடுத்துரைத்தார்.

"இது நடக்காத காரியம்" என்றுரைக்கிறார் சாஸ்திரியார். நடக்காத காரியமானால், அதன் பொருட்டு சாஸ்திரியார், சவர்க்கார் ஜவாளி பாட, வரதர் மிருதங்கம் கொட்டத் தாசர்கள் தாளமிட, ஆரிய நாட்டியமாடியிருப்பாரா?

"பாகிஸ்தானம் எப்படி வெறுங்கனவோ, அப்படியே திராவிடஸ்தானமும் கனவுதான்" என்று கூறி, மனச் சாந்தி பெறுகிறார் சாஸ்திரியார்.

பாகிஸ்தான், திராவிடஸ்தான் கிளர்ச்சி வெறும் கனவு என்பது உண்மையானால், மதுரை மாநாட்டுக்கு அத்தனை பணச்செலவு ஆகியிருக்காது!

கனவு காண்பது யார்? என்பதைக் காலம் காட்டட்டும். அதுவரை சாஸ்திரியார் அமெரி அளித்த மகா மந்திரத்தை உச்சாடனம் செய்து கொண்டிருக்கட்டும்!

தங்களை 'இந்துக்கள்' அல்ல என்று சொல்லிக் கொள்ளும் பார்ப்பனரல்லாதார் மீது பாய வேண்டும் என்று பற்களை நறநறவெனக் கடிக்கிறார். "பல அவதாரமெடுத்த" அரசியல் ஆமை டாக்டர் வரதராஜுலு நாயுடுகாரு! அவர் இப்போது இந்துக்களைப் படை திரட்டுகிறாராம். ஏன்? முஸ்லீம்களின்

ஆதிக்கம் வளர வொட்டாது தடுக்கலாம்; முஸ்லீம்கள் பாகிஸ்தான் கேட்பதையும் திராவிடர் திராவிடநாடு கேட்பதையும் தடுக்கலாம் என்று!

அபாரமான யோசனைதான்! வீரமான உறுமல்தான்! ஆனால், இதற்கு டாக்டர் வரதராஜுலு, மக்களை ஏன் வலையில் சிக்க வைக்க வேண்டும்? பாற்கடல் மீது பள்ளி கொண்டவர்! பக்தர் துயரைத் தீர்க்க வந்தவர் பத்மநாபா! பரந்தாமா! என்று ஆரம்பித்து ஒரு மூச்சு அர்ச்சித்து விட்டால் போதாதா? முப்பத்து முக்கோடி தேவர்கள். நாற்பத்தெண்ணாயிரம் ரிஷிகள், கின்னரர், கிம்புருடர், கந்தர்வர், இந்திரன், சந்திரன், பிரமன், வீரபத்திரன், முருகன், விநாயகன், சிவன், விஷ்ணு மற்றும் உள்ள இந்துக் கடவுள்கள் தம் குடும்ப சகிதமாகப் புறப்பட்டு வந்து விடுவார்களே! இதைவிட்டு ஊருக்குக் கூட்டம் ஏன்? அறிக்கைகள் எதற்கு? வடநாடு தென்நாடு வட்டமிடுவது எதற்கு? என்று கேட்கிறோம்.

அப்படி வட்டமிட்டாலும் காசி விஸ்வநாதர் காலடி தொழுது தொடர்ந்து மற்றத் ‘திவ்யக்ஷேத்திரங்களை’ தரிசித்துவிட்டு இராமேஸ்வரத்தில் மூழ்கி எழுந்து “இராமநாமமே கற்கண்டு! அதுவே எங்கள் வெடிகுண்டு” என்று பஜனை செய்துவிட்டால், மலைபோல் வரும் துன்பமும் பனி போல் போகுமே!

இந்துமதக் கற்பனைகளில் டாக்டருக்கு ஆர்வம் இருப்பதால்தான், தாமோர் இந்து என்று மீசை மேல் கைபோட எண்ணுகிறார்! மீசை இல்லை! ஆகவே டாக்டர் மூஞ்சேயிடம் முறையிடுகிறார். அவர் தமது தாடியை உருவுகிறார்! நாம் திராவிடர்; இந்து புராணத்தின் ஆபாசத்தை அலசிப் பார்த்துப் பார்த்து, நமக்கு அருவருப்புத் தட்டிவிட்டது. வெளியுலகில் உள்ள நாகரிக மக்கள் நகைக்கக்கூடிய புராணப் புளுகுகளை, நம் மத நூல்கள் என்று கூறிக்கொள்ள மனம் இடம் தரவில்லை. ஆபாசத்தை

ஆண்டவன் திருவிளையாடல் என்று கூறிக்கொள்ள, அறிவு இடந்தரவில்லை. டாக்டர் நாயுடுவுக்கு சர்வமும் இன்று சர்க்கரையாக இருக்கிறது.

ஆப்பிரிக்கா நாட்டிலே ஒரு விதமான மக்கள் இருக்கிறார்கள், அவர்கள் கழுத்திலே மண்டை ஓடுகளை மணி ஆரமாக போட்டுக்கொண்டு இருப்பார்கள். மாடு கன்றுகளைக் கண்டால் மண்டியிட்டுத் தொழுவார்கள். கூடப் பிறந்தவரைக் கொன்று சாமிக்குப் படைப்பார்கள், கூத்தாடுவார்கள், குடிப்பார்கள் என்று கூறிவிட்டு அந்த இனத்தைச் சோந்தவர்தாம் நீங்கள் என்று நம்மிடமாகட்டும் உங்களிடமாகட்டும் ஓர் ஆப்பிரிக்க வாசியோ, அல்லது இங்குள்ள வேறு எவரோ சொன்னால் சொல்பவரின் பற்கள் கீழே உதிர்ந்து விழுமா? விழாதா?

நாலு தலைச் சாமிகள், மூன்று கண் சாமிகள், மூன்று தலைச் சாமிகள், ஆயிரம் கண் சாமி, ஆறு தலைச் சாமி, ஆனை முகச் சாமி, ஆளி வாய்ச் சாமி, பருந்தேறும் சாமி. காளை ஏறும் கடவுள், காக்கை மீது பறக்கும் கடவுள், தலை மீது தையலைத் தாங்கி நிற்கும் தெய்வம், ரிஷி பத்தினிகளிடம் ரஸமனுபவிக்க நடு நிசியில் போகும் தெய்வம் என்று புராண அட்டவணைகளிலே உள்ளனவே! நாம் இந்து என்று கூறிக்கொண்டால், இவர்களை நமது தெய்வங்கள் என்று ஒப்புக்கொண்டு தொழ வேண்டுமே, இந்தச் செய்தியைக் கேட்டால் உலக நாகரிக மக்கள் நம்மை நீக்ரோக்களை விடக் கேவலமானவர்கள் என்று கேலி செய்வார்களே! இந்தக் கண்றாவிக்கு என்ன செய்வது? இத்தகைய ஆபாசத்தை நம் தலையில் தூக்கிப் போட்டுக்கொள்ள, நமக்கு மனம் எப்படித் துணியும்? ஆகவேதான், நாம் இந்து அல்லவென்று கூறுகிறோம்.

நமக்கு நாலு, ஆறு, நாற்பத்தெட்டுக் கண் படைத்த கடவுள்கள் வேண்டாம். நமக்கு ஒரே ஆண்டவன் போதும். உருவமற்ற

தேவன்! ஊன் வேண்டாத சாமி! ஊரார் காசைக் கரியாக்கும் உற்சவம் கேட்காத சாமி! ஆடல் பாடல் அலங்காராதிகள், அப்பம் பாயசம் அக்காரவடிசில் கேட்காத சாமி! அங்கே, இங்கே என்று ஆளுக்கு ஆள் இடத்தைப் பிரித்து வைக்காத சாமி! அர்ச்சனை, உண்டியல் என்று கூறி, அக்கிரகாரத்தைக் கொழுக்க வைக்காத சாமி இருந்தால் போதும். நம்மிடமிருந்து 'தியானத்தை' பெறட்டும். அருளைத் தரட்டும்; நம்மிடமிருந்து தட்சணை பெற்றுத் தர்ப்பாசூரர்களுக்குத் தானம் தரும் தேவதைகள் நமக்கு வேண்டாம் என்பதை உறுதிப்படுத்தவே, நாம் நம்மை இந்து அல்லவென்று கூறுகிறோம்.

ஆள் நடமாட ஓர் உலகம், ஆவி உலவ மற்றோர் உலகம், இந்திரன் இருக்க ஓர் உலகம், நாகன் தங்க ஓர் உலகம்; மேலே ஏழு, கீழே ஏழு எனப் பதினான்கு உலகங்களாம்! அதல, விதல, சுதல, தராதல, இரசாதல, மகாதல, பாதாளம் என ஏழாம்! பூலோக, புவலோக, சுவலோக, சனலோக, தபலோக, மகலோக, சந்திரலோகம் என மேல் உலகம் ஏழாம்! இத்தனை உலகங்கள் இந்துவுக்கு உண்டு ஏட்டிலே. நமக்கு இவை வேண்டாம்; நாமிருக்கும் நாடு நமக்கு இருந்தால் போதும்; நன்செயும், புன்செயும், சாலையும், சோலையும், வாவியும் நதியும், மக்களும் சுபிட்சமும் இருக்கட்டும். காமதேனுவும் கற்பக விருட்சமும், ரம்பையும் ஊர்வசியும் இருக்கிற உலகத்திலே, டாக்டர் வரதராஜுலுவே உலவட்டும்! முடிசூட்டிக் கொள்ளட்டும்! நாமிருக்கும் நாட்டிலே நமது உழைப்பு நமக்குப் பயன்பட்டு, நாலு ஜாதியிலே நாம் கீழ் ஜாதி என்ற கொடுமை இன்றி "நாமார்க்குங் குடியல்லோம்" என்று நாம் வாழ்ந்தால் போதும் என்ற எண்ணத்தில்தான், நாம் நம்மை இந்து அல்ல என்று கூறிக்கொள்கிறோம்.

நாம் யாருக்கும் மேல் அல்ல, யாரும் நமக்கு மேலோர் அல்ல! நாம் ஆள ஆட்கள் வேண்டாம்! நம்மை ஆளவும் ஐயர்மார் வேண்டாம்! நம்மிடையே தரகர் கூடாது. தர்ப்பை ஆகாது.

சேரியும் கூடாது. அக்கிரகாரமும் ஆகாது. யோக யாகப் புரட்டுகள், புரோகிதப் பித்தலாட்டம், மனுக்கொடுமை வேண்டாம். மனிதர் யாவரும் சரிநிகர் சமானமாக வாழ்வோம் என்று கூறுபவர் எப்படித் தம்மை 'இந்து' என்று கூறிக்கொள்ள முடியும்? மூட மதிக்காரர், கொடுமைக்காரர், அடிமை, சூத்திரன் என்று கூறிக்கொள்ள எப்படித்தான் மனம் இடந்தரும்? எப்படித்தான் துணியும்? 'இந்து மதம்' என்பதிலே உள்ள கடவுள் முறை, சமுதாய முறை, மதக்கதை முறை, மக்கள் வாழ்க்கை முறை ஆகியவற்றை அலசிப் பார்த்த பிறகு யாருக்குத்தான் தன்னை ஓர் "இந்து" என்று கூறிக் கொள்ள மனம் இடந்தரும்? பாம்பை எடுத்துப் படுக்கையில் விட்டுக் கொள்வாரா? விஷத்தை எடுத்து உணவில் சேர்ப்பாரா? வீதிக் குப்பையை வீட்டுக்குள் கொண்டு போய்ச் சேர்ப்பாரா? மதி துலங்கும் விஷயங்களை விட்டு, மதி கெடுக்கும் கற்பனைகளைக் கட்டி அழுவாரா? மீள மார்க்கம் தேடுவதைவிட்டு, மாள வழி தேடிக்கொள்வாரா? விடுதலைக்கு வழி பிறந்த பின்னர், அடிமை முறிச்சீட்டில் கையொப்பமிடுவாரா? கண் தெரியும்போது குழியில் வீழ்வாரா? தாம் திராவிடர் என்று தெரிந்த பிறகு திராவிடர் தன்னிகரற்று வாழ்ந்த இனம் என்பது தெரிந்த பிறகு, தம்மை இழிவு செய்து கொடுமைக்கு ஆளாக்கும் 'இந்து' மார்க்கத்தில் போய்ச் சேர இசைவாரா? வீரத் திராவிடர் என்ற ஓர் உணர்ச்சி வீறிட்டு எழப்பெற்றோர், இனி ஈனமாய் நடத்தும் இந்து மார்க்கத்தை ஏறெடுத்தும் பாரார்! அதன் இடுக்கில் போய்ச் சேரார்; இழிவைத் தேடார்!!

டாக்டர் நாயுடு, ஆரியராவது திராவிடராவது என்று கூறும் அவசரவாதி. எல்லாம் கலந்துவிட்டது என்று பேசும் சமரசவாதி. ஆராய்ச்சியாளர்கள் அவர்போல, அரசியல் ஊஞ்சலில் உள்ளவர்களல்லர்; அவர்களின் அபிப்பிராயம் படிப்பாலும் பண்பாலும், விருப்பு வெறுப்பு அற்ற விவேக விளக்கத்தாலும் உண்மையைத் தேடிக் கண்டுபிடிக்க வேண்டும் என்ற உயர் நோக்கத்தாலும் உண்டாவன. இந்துமகா சபையிலே சேர்ந்தோம்; எனவே இனி அதற்குத்

தக்கபடி கருத்தைத் திருத்தி அமைப்போம் என்ற முறை டாக்டர் வரதருக்குப் பிரியமாக இருக்கலாம். அறிஞர், தமது அபிப்பிராயத்தை அப்படி விபச்சார விடுதிக்கு அனுப்பிட மாட்டார்கள். டாக்டர் வரதர் போலத் திரு. *T.R.* வெங்கடராம சாஸ்திரியார் *1940* பிப்ரவரியில் குடந்தையில், திராவிடராவது ஆரியராவது என்று பேசிய காலை, பேராசிரியர் சோமசுந்தர பாரதியார் கீழ்க்காணும் கருத்தினை வெளியிட்டார். அறிவு மிளிரும் அவர் உரையினை அன்பர்கட்கு அளிக்கிறோம்:

"தங்களுக்குத்தான் யோக்கியதையும் புத்தியும் இருப்பதாக இறுமாப்புடன் பேசுவது 'மகாத்மா'வின் புதிய யோசனைகளில் ஒன்றுதான் என்று நினைக்க வேண்டி இருக்கிறது. தோழர் சாஸ்திரியாரைப் போல விசால புத்தியுள்ளவர் வேண்டுமென்று குறை கூறுவதை, நம்மால் இன்னதென்றே தெரிந்து கொள்ள முடியவில்லை. அவர் எந்த விஷயத்தையும் அலங்காரமாய் ஜோடித்துச் சொன்னால் அதை நம்புவார்கள் என்றும், பண்டைய காலத்துத் திராவிட மக்களுக்கு ஒன்றுமே தெரியாதென்றும் சொன்னது முட்டாள்தனமே.

அவர் சொன்ன விஷயங்களில், சில கேள்விகள் கேட்பதற்கு நமக்கு நியாயமிருக்கிறது. அதற்கு அவர் பதில் சொல்லியே தீர வேண்டும். ஏனெனில் அவர் புதியதாய்க் கண்டுபிடித்துச் சொன்ன விஷயங்களைப் பற்றிச் சந்தேகங்களை நிவர்த்தி செய்யக் கடமைப்பட்டவர்கள். தமிழர்கள் கலைப் பயிற்சியிலும் பழக்க வழக்கங்களிலும், நம்பிக்கைகளிலும், ஆரியக் கலப்பற்றதொன்றுமில்லை என்று கண்டுபிடித்ததாய்த் தெரிகிறது.

பரந்த நோக்கமே உறைவிடமாயுள்ளவரிடத்தில், நமக்கு இன்னும் அநேக விஷயம் தெரியவேண்டி இருக்கிறது.

தோழர் சாஸ்திரியார் நமது தென்னிந்தியாவில் குடியிருக்கும் ஜனங்கள் பூராவும் ஒரே மதமென்றும், ஒரே கலைஞானமுள்ளவர்கள் என்றும் வற்புறுத்திப் பேசியிருக்கிறார்.

தென்னிந்தியாவில் உள்ள முகமதிய மதம், கிறிஸ்தவ மதம் போக இந்த ஜனங்கள் என்ன மதம் என்று கேட்கிறோம். அவர்கள் எல்லாரும் வேதத்தை ஆதாரமுறையாகப் பின்பற்றுவார்களென்று சொல்ல முடியாது. பிராமணர்கள் கூட பழக்கங்களில் வேதங்கள்படி நடப்பதில்லை என்று தான் சொல்ல வேண்டும். இப்படி இருக்க, எல்லோருக்கும் பொதுவான மதம் என்று சொல்ல எப்படித் துணிந்தார்?

இப்போது பிராமணர்கள், பிராமணரல்லாதார் கோயிலுள் போவதே கிடையாது. அப்படியே பிராமணரல்லாதார் கூட எல்லோரும் தினந்தோறும் கோயிலுக்குப் போவதுமில்லை. வேதமும் வேதத்தின்படி நடப்பதும் பிராமணரல்லாதாருக்குச் சாபத்தீட்டே ஒழிய வேறில்லை.

தமிழ்க் கலைஞானமாகிய சைவசித்தாந்த சாஸ்திரங்களும் ஆகமங்களும், பிராமணர்களுக்கு வேண்டியதில்லை என்றே தள்ளியிருக்கிறார்கள்.

ஆரியர்கள் ஆதிக்கமான திராவிடத் தமிழ் மக்கள் கோயில்களிலும், அல்லது வேதமில்லாத சிவாலயங்களிலும் வேத பாராயணம் செய்து பிராமணர்கள் பிரசாதம் முதலியன வாங்கிக் கொண்டு போன பிறகு தான் தேவாரப் பதிகங்கள் பாடலாம் என்று வைத்திருக்கிறார்கள். இறந்துவிட்டாலும் அல்லது கருமாதி காரியங்களிலும் கூட ஒரு பிராமணனாவது பிராமணரல்லாதவன் இறந்து போன வீட்டிற்குத் துக்கம் கொண்டாடவரும் வழக்கம் கிடையாது. பிறகு இறந்து போனவனுடைய 16 நாள் கழித்துத்தான், ஏதாவது வரும்படி

வருமென்று தெரிந்தால்தான் வருவார்கள். அதுவுமில்லை என்று தெரிந்தால் அதுகூட வரமாட்டார்கள்.

எந்த நல்ல காரியங்களுக்குப் பிராமணக் குருக்கள் வந்தாலும், பிராமணனுக்கு உள்ள மந்திரங்களைச் சொல்லாமல் வேறு ஏதோ மந்திரங்களைச் சொல்லி ஏமாற்றுகிறார்கள்.

கம்பல நாயக்கமார்களிடத்தும், இன்னும் அநேக ஜாதியார்களிடத்தும், கலியாண காலங்களிலும் அல்லது நல்ல விசேஷ காலங்களிலும் கூடப் பிராமணர்கள் வந்தால் அபசகுனமென்றும், தங்கள் வீட்டுக்குள் எல்லாக் காரியங்களும் முடிந்த பிறகுதான் வரலாம் என்றும் வழக்கம் இருந்து வருகிறது.

தமிழர்கள், பொதுவில் ஏராளமாகப் பிராமணர்களின் மத விஷயங்கள் தெரியாமலே இருந்து வருகிறார்கள்.

பிராமணர்களின் புரோகிதத்தைத் தெரிந்தும் தெரியாமலுமிருக்கிற ஜனங்களின் நம்பிக்கைகளைப் பற்றி, தோழர் சாஸ்திரியார் என்ன சொல்லுகிறார்? இந்து மதமென்பது அர்த்தமற்றது, முடிவு இன்னதென்று தெரியாததுமான அன்னிய வார்த்தை. இந்துக்கள் என்ற ஜாதியாருக்குப் பொதுவாகக் கோட்பாடு என்ன என்பதைச் சொல்லுவாரா? புத்தர்கள், ஜைனர்கள், சீக்கியர்கள், இன்னும் மலையில் வாசம் செய்யும் கலைஞர்கள் எல்லோரும் வித்தியாசமில்லாமல் இந்துக்கள் என்று சொல்லுகிறார். எல்லோரும் ஒருவரை ஒருவர் ஒத்துக்கொள்ளாமல் இருப்பதைத் தவிர வேறு ஒன்றுமில்லை. புத்தர்களும், ஜைனர்களும், பிராமணர்களுக்குரிய வேதத்தையும் அதன் கிரியைகளையும் கண்டிப்பாக ஒத்துக்கொள்வதில்லை.

பிராமண மதத்திற்கு உறைவிடமாயுள்ள ஜாதி வித்தியாசம் புத்தர்களுக்கும் ஜைனர்களுக்கும் கிடையாது. இப்படி இருந்தும்கூட, இவர்களை இந்து மதஸ்தர்கள் என்று சொல்லுகிறார். இதைவிட உண்மையில்லாததும், யோக்கியதை இல்லாததும், அர்த்தமில்லாததுமான வார்த்தை ஏதாவது உண்டா? இதுதானா தென்னிந்தியாவிலுள்ள சகல ஜனங்களின் பொது மதம் என்று சொல்லும் யோக்யதை?

இப்போது தோழர் சாஸ்திரியாரின் மற்ற சங்கதியைப் பற்றிக் கவனிப்போம்.

தினந்தோறும் நடை உடை பழக்க வழக்கங்களிலும் நம்பிக்கைகளிலும் மற்ற விஷயங்களிலும், பிராமணரல்லாதார்களுக்கும் பிராமணர்களுக்கும் அநேக வித்தியாசமுண்டு. பிராமணர்கள், தாம் பிறப்பாலே உயரந்தவரென்றும், மற்ற எல்லோரும் தாழ்ந்தவர்கள் என்றும், ஜாதி வித்தியாசத்தால் சொல்லிக் கொள்ளுகிறார்கள்.

மற்ற மூன்று வகுப்பு ஜாதியர்களும் பிராமணர்களை எல்லாவிதத்திலும் சிறந்தவர்களென்று ஒப்புக்கொள்ள வேண்டுமென்றும் சொல்லுகிறார்கள்.

பிறப்பால் உயர்ந்த ஜாதியார் என்பவர்கள், மற்ற ஜாதியார் பெண்களை மணந்து கொள்ளலாமென்றும், அல்லது வைப்பாட்டியாய் வைத்துக் கொள்ளலாமென்றும், கீழ் ஜாதியார், மேல்ஜாதியார் பெண்களை மணந்து கொள்ளக்கூடாதென்றும், அப்படி எண்ணங்கொண்டால் கூட அவனுக்கு கொடூரமான தண்டனை விதிக்கப்பட வேண்டுமென்றும், அது நியாயமென்றும் சொல்கிறார்கள். இது என்ன நியாயம்? அநேக ஆண்டுகளாகத் தமிழ்மக்கள் வியாபார முறையாலும், பலவிதமான காரணங்களாலும்,

பலப்பல ஜாதிகளாகப் பிரிந்தும், ஒருவருக்கொருவர் உயர்ந்தவர்கள் என்றும் கூறுவதை ஒத்துக் கொள்வதில்லை.

ஆரியர் என்று சொல்லிக்கொள்ளுவோர், ஏர் உழுவது பாவமென்றும், இழிவான தொழில் என்றும் நினைக்கிறார்கள். ஆனால் தமிழர்கள், அதுதான் உயரிய மகத்துவமான தொழில் என்று நினைக்கிறார்கள்.

சவுகரியத்திற்கும் சமயத்திற்கும் தகுந்தாற்போல சட்டத்தையும், தமிழர்கள் நடவடிக்கைகளையும் பிராமணர்கள் கண்டிருக்கிறார்கள்.

ஆரியர்கள் ஸ்மிருதிகளில் உயிர் வாழ்வதற்கு மரியாதையை விட்டு விடலாமென்று சொல்லியிருப்பதாயும் சொல்லுகிறார். ஆனால் உயிரைவிட மரியாதையே பெரியது என்று தமிழர்கள் கருதுகிறார்கள்.

பிராமணர்கள், சவுகரியத்திற்குத் தகுந்தாற்போலக் கூட்டுக் குடும்பம் சவுகரியமென்கிறார்கள். தமிழர்கள் அன்புக்குக் கல்யாணம் செய்ய வேண்டுமென்று கூறித் தம் குழந்தைகளை அந்த அன்புடன் பாதுகாக்கிறார்கள். பிராமணர் அல்லது ஆரியர், இவ்வுலகத்தில் தம் ஜாதியார் முன்னால் வரவேண்டுமென்றும் அதற்காகவே குழந்தைகளைப் பெற வேண்டுமென்றும் கல்யாணம் செய்கிறார்கள். மற்றும் தம் வகுப்பை விருத்தி செய்யவேண்டுமென்கிற எண்ணத்துடனும், தம் பிள்ளைகளைக் காப்பாற்றி ஆண்பிள்ளைகளைப் பெறவேண்டுமென்ற எண்ணத்துடனும் கல்யாணம் செய்கிறார்கள்.

பிச்சை கேட்பது, தமிழர்களால் இழிவாகக் கருதப்படுகிறது. ஆனால், பிராமணர்கள் எனப்படும் ஆரியர்கள் அதுதான் சிறந்தது என்று எண்ணுகிறார்கள். இதற்குப் பல

உதாரணங்கள் சொல்லலாம். இதுதானா ஆரியர்களுக்கும் ஆரியரல்லாத தமிழ் மக்களுக்கும் வித்தியாசமில்லாத பொதுவான கலை என்று சொல்லக்கூடியது.

பல பொய்க் கூற்றுகள், சரித ஆராய்ச்சியின்மையால் முளைக்கின்றன. இக்காளான்களைப் போக்கப் பேராசிரியர் பாரதியார் கூறியது போன்ற ஆராய்ச்சியுரைகள் மேலும் சிலவற்றைத் தருகிறோம்.

பண்டைக் காலத்தில் தமிழ்ப் பெருமக்கள் அறிவிலும் ஆற்றலிலும் கைத்தொழில் வியாபாரங்களிலும், அரசியல் நாகரிகத்திலும் தலை சிறந்து விளங்கினார்கள் என்பது எவரும் மறுக்க முடியாத உண்மை. பல நாட்டுச் சரித்திரங்களில் இதற்கு ஆதாரங்களுண்டு. ஆயினும், இடைக் காலத்தில் ஆரியர் தமிழர் நாகரிகத்தைத் திருத்தி மாற்றி தங்களுக்கே பெருமை உண்டாக்கத்தக்க விதமாகப் பலவித வேத புராணங்களை எழுதித் தமிழர் சிறப்பை உருத் தெரியாமல் மாற்றிவிட்டார்கள்.

ஆரியர், படையெடுத்து வந்து தமிழர்களைப் போரில் வென்றதாகவும், தமிழர்கள் ஆரியர்களை எதிர்த்து நிற்க மாட்டாமல், விந்திய மலைக்குத் தெற்கே பின் வாங்கி ஓடி விட்டதாகவும், ஆரியர் வந்த பிறகே இந்தியாவில் நாகரிகம் ஏற்பட்டதென்றும், ஆரியர்கள் தந்திரமாகச் செய்து வந்த பிரச்சாரம் காலக்கிரமத்தில் நாடெங்கும் பரவி வேரூன்றி விட்டது. பெரும்பான்மையினரான மக்கள், இன்றும் இந்தக் கதைகளை உண்மையென நம்பிக் கொண்டிருக்கிறார்கள். தமிழ்ப் புலவர்களிலும் பலர், இந்தப் பொய்க் கதைகளை உண்மைபோல எடுத்துக் கூறிப் பிரசங்கங்கள் செய்து வருகிறார்கள். இதுவும் போதாதென்று சென்ற நூற்றாண்டின் கடைசிப் பாகத்தில், ஐரோப்பிய அறிஞர் சிலர் இந்தியப் புராதனக் கதைகளை உண்மைபோல நம்பி, ஆரியர் என்ற ஒரு வகுப்பார் மத்திய ஆசியாவிலிருந்து கிளம்பி ஐரோப்பா

முதலிய இடங்களுக்குச் சென்றனர் என்றும், அவர்களில் ஒரு பிரிவினர் இந்தியாவுக்கும் படையெடுத்து வந்து இந்தியாவை நாகரிகப் படுத்தினர் என்றும் புதுமை புனைந்து ஒரு புதுக்கதை செய்தனர். இதை இங்குள்ள ஆரிய வகுப்பினர் தங்கள் குலப் பெருமையை நிலைநாட்டுவதற்காக வெகு சாமர்த்தியமாகப் பிரச்சாரம் செய்து வந்திருக்கிறார்கள்.

ஆரியர் படையெடுத்து வந்து இந்தியாவையும் திராவிடப் பெருமைகளையும் நாசப்படுத்தினர் என்ற இந்தக் கற்பனைக் கதைக்குச் சரியான ஆதாரம் எதுவுமே கிடையாது. 'வேலிக்கு ஓணான் சாட்சி' என்பதுபோல் ஆரியர் எழுதின வேத புராணங்களே இதற்கு ஆதாரமாகக் காட்டப்படுகிறது. ஆனால் அறிஞர், தோழர் பி.டி. சீனிவாச ஐயங்கார் எம்.ஏ. இந்தப் படுபொய்யை அடியோடு மறுத்து, இதெல்லாம் வெறும் கற்பனை என்று எடுத்துக்கூறி இருக்கிறார். ஒரு சம்பவம் சம்பந்தமாக அவர், (இந்தியப் புராதன ஆராய்ச்சி வெளியீடு 42-ஆம் ஆண்டு புத்தகம் 77-ஆவது பக்கத்தில்) எழுதியுள்ள ஆராய்ச்சிக் கட்டுரையின் சாரம் வருமாறு:

"தற்காலச் சரித்திராசிரியர்கள் பெரும்பாலோருக்கு அரசியல் கொள்கைப்பற்றும், மதப்பற்றும் இருந்தே வந்திருக்கின்றன. உதாரணமாகச் சரித்திராசிரியர்களான ஹியூமையும், மக்காலேயையும் கவனித்தால், சரித்திர உண்மைகளைத் தொகுப்பதிலும், அவற்றை வருணித்துக் கூறுவதிலும், ஹியூம் தமது "கன்சர்வேடிவ்" கட்சிக் கொள்கைகளையும், மக்காலே தமது "லிபரல்" கட்சிக் கொள்கைகளையும் இலைமறை காய் போல வெளியிட்டிருப்பதைக் காணலாம். புராதன சரித்திர விஷயத்திலும் இப்படித்தான்.

ஆரிய நாகரிகத்தைப்பற்றி மேற்கண்ட கற்பனை ஆரம்பமான பொழுது, ஆரியர் உயர்ந்த உருவமும் நீண்ட தலையும் அழகிய மேனியுமுள்ளவர்களென்றும், அவர்கள் தான்

ஜெர்மனியின் மூதாதைகள் என்றும், ஜெர்மன் ஆராய்ச்சிக்காரர்கள் கூறினார்கள்.

அதற்கு மாறாகப் பிரெஞ்சு "ஆல்ப்பின்" வகுப்பினர் மூலமாகத்தான் ஆரிய நாகரிகமும் மொழியும் ஐரோப்பாவுக்குள் புகுந்தது என்று வற்புறுத்தினார்கள் பிரெஞ்சு அறிஞர்கள். ஆல்ப்பின் இனத்தினர் பிரெஞ்சுக்காரரில் பெரும்பாலாராய் இருப்பதே இதற்குக் காரணம்.

இத்தாலிய ஆசிரியர் செர்ஜி கூறியிருப்பது. இவ்விதக் கருத்துக்களுக்கு முற்றும் மாறானது. ஐரோப்பாவில் ஏற்பட்ட கிரேக்க-ரோம் நாகரிகம், மத்திய தரைக்கடல் பக்கத்திலுள்ள ஓர் இனத்தினரால் கொண்டுவரப்பட்டதென்றும் ஐரோப்பா மீது படையெடுத்து வந்த ஆரியர்கள் காட்டுமிராண்டிகள் என்றும் கூறியிருக்கிறார் அவர்.

இப்படிச் சரித்திரத்தைப் பலவாறு மாறுபடுத்தி இருப்பதால், கூரிய புத்தியால் அனுதாபத்துடன் சுயநலப் பித்தலாட்டப் பிரச்சாரமாகிய தடித்த திரையைக் கிழித்தெறிந்து அதனுள் மறைந்திருக்கும் உண்மைகளைப் பகுத்தறிவுடன் கண்டுபிடித்து வெளியிட வேண்டும்.

ஆரியர் இந்தியா மீது படையெடுத்து வெற்றி பெற்று நாடெங்கும் ஆதிக்கம் செலுத்தினார்கள் என்ற கற்பனையைப் பகுத்தறிவு வாயிலாக ஆராய்ச்சி செய்தல் வேண்டும்.

வட இந்தியா, பாரசீகம், அர்மீனியா பெரும்பான்மையான ஐரோப்பிய நாடுகள் ஆகிய தேசங்களில் பேசப்படும் பல்வேறு பாஷைகள், ஒரே பாஷைத் தொகுதியைச் சேர்ந்தவையென்று மொழி ஆராய்ச்சிக்காரர்களால் கண்டுபிடிக்கப்பட்டது. இத்தொகுதிக்கு, இந்திய - ஜெர்மன்

பாஷைகள் என்று பெயர் கொடுத்தார்கள். அதன் மேல் இந்தப் பாஷைகளுக்கெல்லாம் ஒரு தாய்மொழி இருந்திருக்க வேண்டும் என்றும், அந்தப் பாஷையைப் பேசியவர்கள் (அதாவது ஆரியர்கள்) இந்துக்குஷ் மலைக்கு அப்பாலுள்ள பிரதேசத்தில் வாழ்ந்திருந்தார்களென்றும், சரித்திர காலத்துக்குமுன் அவர்களில் சில பிரிவினர் பாரசீகம், இந்தியா, ஐரோப்பா முதலிய நாடுகளுக்குச் சென்று குடியேறினார்களென்றும் அழகாகக் கற்பனை செய்து சரித்திரம் எழுதினார்கள்.

நீர்மேல் குமிழிபோல உருவாக்கப் பெற்ற இந்த 'ஆரிய நாகரிகம், ஆரியப் படையெடுப்பு' என்ற குமிழியை மனித உற்பத்தி நூல் வல்லவர்கள் தங்கள் ஆராய்ச்சியால் சிதைத்துவிட்டார்கள். எப்படியென்றால் ஆசியாவிலும் ஐரோப்பாவிலுமுள்ள மக்கள் பல்வேறு வகுப்புகளைச் சேர்ந்தவர்களே என்றும், ஆரியர் ஒரு சிறு வகுப்பார்தான் என்றும் மனித உற்பத்தி ஆராய்ச்சியாளர்கள் கூறினார்கள். இதனால் ஆசியாவிலும் ஐரோப்பாவிலும் பரவியிருந்த மாபெரும் ஆரிய வகுப்பினர் ஒரு சிறிய கூட்டமாகக் குறைந்து விட்டார்கள். ஆரியரின் பூர்வீக நாட்டைப் பற்றி பாஸ்கி என்ற ஆராய்ச்சியாளர் பால்டிக் கடலோரம் என்றும், இத்தாலி ஆசிரியர் செர்ஜி ஆசிய கண்டத்தைச் சேர்ந்தவர்களென்றும், அவர்கள் ஐரோப்பா மீது படையெடுக்கும் போது காட்டுமிராண்டிகளாயிருந்தார்களென்றும் கூறுகிறார். ஆனால் மனித உற்பத்தி சாஸ்திர வல்லுநரான டாக்டர் ஹாடன், ஐரோப்பிய மக்களின் பூர்வ வரலாற்றைப் பற்றி 1921-ல் எழுதிய நூலில் இந்த "ஆரியர்" என்ற பேச்சையே எடுக்கவில்லை. எனவே ஐரோப்பாவைப் பொறுத்தவரை 'ஆரிய நாகரிகம், ஆரியப்படையெடுப்பு' என்ற கற்பனை புதைக்கப்பட்டு விட்டதெனலாம்.

ஒருவருக்கொருவர் கொள்வினை கொடுப்பினை இல்லாத எண்ணிறந்த வகுப்புகளைக் கொண்ட தற்கால இந்து

சமூகத்தில் உயர்ந்த ஜாதிகள் எனப்படுவோர் தங்களை ஆரியர் என்று கூறிக்கொள்கிறார்கள். ஆரியர் படையெடுத்து வந்து இந்திய மக்களை நாகரிகப்படுத்தினார்களென்று ஐரோப்பிய ஆராய்ச்சியாளர்கள் கற்பனை செய்து கூறிய போது, அது தங்களுக்குப் பெருமை தருவதென்று இந்த மேல் ஜாதிக்காரர்கள் அந்தக் கற்பனையை உற்சாகத்துடன் ஆதரிக்க முற்பட்டனர். இப்படித் தங்களை ஆரியர் என்று சொல்லிக்கொள்கிற இந்த மேல் வகுப்பினர் தங்கள் நரம்புகளில் சாதாரச் சிவப்பு ரத்தமல்ல, நீல நிறமான ஆரிய ரத்தமே ஓடுகிறதென்று நினைத்துக் கொண்டிருக்கிறார்கள். இது உண்மையா என்பதைத் தற்கால முறைப்படி ஆராய்ச்சி செய்யலாமே? என்றால் மற்றெல்லாரையும் விட இந்த 'மேல் ஜாதிக்காரர்கள்' தான் அவ்வித ஆராய்ச்சியைப் பலமாய் ஆட்சேபிக்கிறார்கள்.

வேதங்களிலே, ஆரியர் இந்தியா மீது படையெடுத்து வந்ததாக ஒரு குறிப்பேனும் காணப்படவில்லை. மேலும் தஸ்யூக்கள் அதாவது திராவிடர்கள் பட்டணங்களிலும் ஊர்களிலும் மரத்தினால் கட்டப்பெற்ற மாடமாளிகைகளில் வாழ்ந்திருந்தனர். இரதங்கள், குதிரைகள், ஆடு, மாடுகள் முதலியன அவர்களிடம் ஏராளமாயிருந்தன. ஆரியர்கள் அதைப்பற்றிப் பொறாமைப்பட்டு, திராவிட நகரங்களைக் கொள்ளையடிக்க நினைத்ததுண்டு என்று வேதங்களில் குறிப்பிடப்பட்டிருக்கிறது.

திராவிட நாட்டு நிலையை உணராதாருக்கு 1940-இல் திருப்பதியில் நடைபெற்ற 10-வது அகில இந்திய கீழ்நாட்டுக் கலை மாநாட்டின் வரவேற்புக் குழுத்தலைவராக இருந்த, திருவாளர் T.A. இராமலிங்க செட்டியார் அவர்களின் சொற்பொழிவு விளக்கமளிக்கும் என்ற நம்பிக்கையுடன் அவர்களின் விரிவுரையைக் கீழே பிரசுரிக்கின்றோம்.

“ஜெர்மனியில் இன்று ஆரியர்கள் உயர்ந்தவர்கள் என்றும், உலகத்துக்கே அவர்கள் நாகரிகத்தை ஏற்படுத்தப் போவதாகவும், மற்றவர்கள் தங்களுக்குக் கட்டுப்பட்டவர்களென்றும் சொல்லி வருவது யாவர்க்கும் தெரியும். இதனால் மிகவும் பயங்கர முடிவு ஏற்படும் என்பதில் சந்தேகமில்லை.

சிந்து சமவெளிப் பிரதேசத்திலும், மொஹஞ்சதாரோ பிரதேசத்திலும் வெட்டி எடுக்கப்பட்ட பண்டைக்காலத்துச் சின்னங்களிலிருந்து, ஆரிய நாகரிகத்திற்கு முன் ஒரு நாகரிகமிருப்பது நன்கு விளங்கும்.

மேற்கு ஆசியாவில், மத்திய தரைக்கடல் ஓரமாகவும் வட இந்தியாவிலும் தான் பண்டைய நாளையில் சிறந்த நாகரிகமடைந்த மக்களிருந்து வந்தனர் என்று சொல்லப்படுமானால், இந்தியாவில் ஆரியர்கள் வரவால் நாகரிகம் புகுத்தப்பட்டதென்று சொல்வதில் ஏதேனும் அர்த்தம் இருக்க முடியுமோ? என்பது யோசிக்க வேண்டியதாகும்.

நாகரிகம் தெற்கேயிருந்து வடக்கு நோக்கியோ, அல்லது கிழக்கிலிருந்து மேற்குத் திக்கை நோக்கியோ அல்லது அதற்கு நேர் எதிராகவோ பரவியிருக்கக்கூடும்.

பழைய கால நிர்ணய நூல் பிரகாரம் பார்த்தால், ஆரியர்கள் இந்தியாவுக்கு மிகப் பிந்திய காலத்திலே வந்திருக்கிறார்கள் என்று சொல்ல வேண்டியதாயிருக்கிறது.

தென்னிந்தியாவின் பழக்க வழக்கங்களை நம்பினால் தெற்கே ஓர் உபகண்டமிருந்ததாகவும், அதன் பெரும் பாகத்தைக் கடல் கொண்டுவிட்டதாகவும். அப்பாகங்களில் உலகிலே தலை

சிறந்ததாகக் கருதப்படும் நாகரிகம் இருந்து வந்ததாகவும் தெரிய வருகிறது.

தமிழ்க் கலைகள், மக்கள் சுதந்திரத்தோடு இருந்து வந்ததாகவும், மக்கள் எத்தகைய துன்பத்தையும் கண்டறியார்கள் என்றும் கூறுகின்றனர்.

பழைய பெருமையைக் குறித்துப் பேசுவதில் பலனில்லை என்று நாம் கருதுகிறோம்.

நமது முன்னோர்கள் கலையாசாரத்தைக் குறித்தோ, மொழியைக் குறித்தோ சிறிதும் கவனம் செலுத்தியதில்லை. தெற்கே எங்கும், பழைய நாகரிகத்தைக் கண்டறியக் கூடிய நடவடிக்கையும் எடுக்கப்படவில்லை.

ஆரியர்கள்தான் குரு, சமஸ்கிருத மொழிதான் உயர்ந்த மொழி என்று கொண்டதால்தான், மற்றவை மூலமாக ஏதாவது கற்றுக் கொள்ளலாம் என்பது அடியோடு புறக்கணிக்கப்பட்டது.

இதைக் குறித்து ஏதோ, அங்கொருவர் இங்கொருவர் ஆட்சேபிக்கிறார்களேயல்லாது, சமீப காலம் வரை யாரும் பலமாகத் தங்கள் ஆட்சேபணைகளைத் தெரிவிக்கவேயில்லை. இந்தியாவில் உள்ள பலதிறப்பட்ட ஜாதிகள் கலந்துவிட்டனவென்றாலும், ஜாதியில் உள்ள உயர்வு தாழ்வு ஒரு சிலரைத் தாங்கள்தான் சுத்தமான ஆரிய வம்சத்தினர் என்றும், சமஸ்கிருதம்தான் உயர்ந்த மொழியென்றும் மற்ற மொழிக்கும், கலைக்கும், நாகரீகத்திற்கும் தாங்கள்தான் பாதுகாப்பாளர் என்றும் சொல்லும்படி செய்து வருகின்றது.

இந்த நிலையை இப்படியே விட்டுக்கொண்டு போனால், இதனால் வரும் பலன் மிக்க பயங்கரமாயிருக்கும் என்பதில் சந்தேகம் இல்லை.

தென்னிந்தியாவில் சமஸ்கிருதத்தைப் புகுத்தச் செய்த முயற்சிகள் எல்லாம், பிரிட்டிஷ் ஆட்சி நிலைக்கும் வரை வெற்றி பெறவில்லை.

பிரிட்டிஷ் ஆட்சி இந்நாட்டில் வேரூன்ற ஆரம்பித்த பிறகுதான், சமஸ்கிருத மொழியாளர்கள் (ஆரியர்கள்) நிர்வாகிகளாகவும், வழக்கறிஞர்களாகவும், நீதிபதிகளாகவும் வரமுடிந்தது; அவர்களால், தங்கள் ஸ்மிருதியைப் புகுத்த முடிந்தது. அதன் பின்தான் ஸ்மிருதியில் கண்டதே சட்டமாயிற்று.

இதனால் நான் ஏதாவது துவேஷம் கற்பிப்பதாகக் கொள்ளலாகாது.

இந்நாட்டின் பழக்கவழக்கங்கள், ஒழுங்கு முறைகள் என்னவென்பது அவர்களுக்குத் தெரியவில்லை. சில சமயங்களில் தாங்கள் புகுத்தும் முறைகள் சிறந்தவை என்று நம்பிவிடுவதும் உண்டு.

ஸ்மிருதி புகுத்தப்பட்டதினால் வந்த பலனை அறிய ஒரே ஒரு உதாரணம் போதும் என்று கருதுகிறேன். அதாவது சொத்துக்கு உரிமை கொண்டாடுவதற்குச் சிரார்த்தம் என்பதே என்ன என்று தெரியாத மக்களுக்குக் காட்டுப்பிண்டம் (சிரார்த்தத்தில் ஒரு வகைச் சடங்கு) எடுப்பதை ஆதாரமாக வைத்து நீதி வழங்கப்படுகிறது. இன்னும் வினோதம் என்னவென்றால், ஒரு பார்ப்பனன் ஒரு பார்ப்பனரல்லாத பெண்ணைக் கல்யாணம் செய்து கொண்டால் செல்லத்தக்கதென்றும், ஒரு பார்ப்பனரல்லாதான் ஒரு பார்ப்பனப் பெண்ணைக்

கல்யாணம் செய்து கொண்டால் செல்லத்தகாதென்றும் கூறுவதாகும்.

நான்கு வருணங்கள், மக்கள் வாழ்வுக்கு உரிய சட்டமாகக் கருதப்படுகிறது. சமுதாய நடவடிக்கைகளிலும் அது கையாளப்படுகிறது. நான்கு வருணங்கள் இந்த நாட்டில் என்றுமிருந்ததில்லையென்பதை நம்மவர்கள் மறந்து விடுகின்றனர். தமிழ் ஆசிரியர்களில் சிலர், ஸ்மிருதியை, அதாவது நான்கு வருண பேதத்தைப் புகுத்த முயற்சி செய்தார்கள். ஆனால், அவர்களுடைய பாகுபாட்டைத் தமிழகம் ஒப்புக்கொள்ளவில்லை.

சமஸ்கிருத அறிஞர்கள் (ஆரியர்கள்) சுதேச மன்னர்களின் மந்திரிகளாக வந்த பிறகோ அல்லது ஆதிக்கம் கைப்பற்றிய பிறகோ தான் பூணூல் அணிந்து கொண்டு தங்களைப் பிராமணர்கள் என்றும் க்ஷத்திரியர்கள் வைசியர்கள் என்றும் கூறிக்கொள்ள ஆரம்பித்தனர்.

இதனால் சமுதாயக் கட்டுப்பாடு அதிகரிக்கலாயிற்று. சமஸ்கிருதப் பழக்க வழக்கங்களைப் பின்பற்ற விரும்புகிறவர்களைச் சமூகம் ஒதுக்கித் தள்ள ஆரம்பித்தது.

சென்ற நூற்றாண்டில் இடது சாரிகளுக்குள்ளும் வலது சாரிகளுக்குள்ளும் சண்டை ஏற்பட்டது.

பழைய கோட்பாட்டில் பற்றுடையவர்கள் எல்லாரும் பள்ளர் - பறையர் என்ற 18 ஜாதியினர்களாக வகுத்துக் கொண்டு ஒரு பகுதியினர்களாக விளங்கினார்கள்.

தங்களைப் பிராமணர்கள், க்ஷத்திரியர்கள், வைசியர்கள் என்று கூறிக்கொண்டவர்கள் எல்லாம் இடது சாரிகளாக வகுத்துக் கொண்டனர்.

இடது சாரிகள் வெறுக்கப்பட்டு வந்தார்கள். மேற்படி வருணத்தில் போய்ச் சேர்ந்த தமிழர்கள்கூட வெறுக்கப் பட்டு வந்தார்கள். கோயில்களில்கூட அவர்களுக்கு இடமில்லை.

ஆனால் இன்று பார்ப்பதென்ன? நான்கு வருணங்களைக் கற்பிக்கும் சாஸ்திரங்களே சட்டமாக இருப்பதைப் பார்க்கின்றோம். அதனால் தமிழ் ஜாதியைச் சேர்ந்தவர்கள் தங்களை வைசியர்கள் என்று சொல்லிக்கொண்டால், சமுதாயத்தில் உயர்ந்த அந்தஸ்து கிடைக்கும்.

நாட்டுக்கோட்டை நகரத்தில் சிலர் பூவைசியர்கள் என்றும் சொல்லிக் கொள்கின்றனர்.

ஆகவே இந்நாட்டில் மக்களிடையே சரியான ஒற்றுமையும் ஐக்கிய மனோபாவமும் ஏற்பட வேண்டுமானால், தென்னிந்தியக் கலையைச் சரியானபடி உணர்ந்து கொள்வதினால் தான் முடியும்.

"ஆரியராவது! திராவிடராவது! எப்பொழுதோ எழுதி வைத்த பழைய சரித்திரத்தைப் பேசுவதற்கு இது காலமா? இப்பொழுது ஆரியர் இன்னார் என்று யாரால் குறிப்பிட முடியும்? இரு சமூகமும் எவ்வளவோ ஆண்டுகளுக்கு முன்பு ஒன்றாகக் கலந்துவிட்டனர். மறந்துபோன இனப்பிரிவை உயிர்ப்பிக்க முனைவது நாட்டுக்கு நலமன்று; அரசியல் முன்னேற்றத்திற்கும் அடுக்காது" என்று ஒரு சாரார் கூறுகின்றனர்.

"இந் நாட்டில் உள்ளவர்கள் எல்லோரும் திராவிடர்கள் தாம்; ஆரியர்கள் என்பவர்கள் இந்நாட்டில் குடியேறினார்கள் என்று சொல்லுவதே தவறு; இது உண்மையான சரித்திரமல்ல; இந்திய மக்களைப் பிரித்து வைக்க வெள்ளைக்காரரால்

செய்யப்பட்ட பொய்ச்சரிதங்கள்” என்று கூறுவர் நமது காங்கிரஸ் சரித்திர ஞானிகள்.

இவர்கள் பேச்சைக் கேட்டுக்கொண்டு நம்மவர்களிலும் சிலர் ‘ஆமாம்’ போடுவர். தங்கள் பகுத்தறிவுக்குச் சிறிதும் வேலை கொடுக்காமல், ஆரியர்கள்-பார்ப்பனர்கள் சொல்லுவதை அப்படியே ஒப்புக்கொண்டு, ஜஸ்டிஸ் கட்சியும் சுயமரியாதைக் கட்சியும், இக்கட்சிகளின் தலைவராகிய பெரியாரும், அவருடைய தோழர்களும், ஆரியர் - திராவிடர் என்ற வகுப்புப் பிரிவினைப் பிரச்சாரம் செய்கின்றனர் என்று கூறுகிறார்கள். இவர்களுக்கு எத்தனை முறை ஆரியர் - திராவிடர் போராட்ட உண்மையை விளக்கினாலும், அவர்கள் மரமண்டையில் உண்மை குடி புகுவதேயில்லை. ஆயினும் அடிமேல் அடி அடித்தால் அம்மியும் நகரும் என்பதைக் கருதி, நாமும் இது சம்பந்தமான உண்மைகளை எடுத்துக் காட்டி வருகிறோம்.

சென்ற 5-2-41 இல் சென்னை உயர்நீதிமன்ற நீதிபதிகள் இருவர் செய்த ஒரு முக்கியமான தீர்ப்பை இப்பொழுது எடுத்துக் காட்டுகிறோம்.

நெல்லூரில் வக்கீலாக இருந்த ஜானகிராமமூர்த்தி என்ற பார்ப்பனர் 16-9-26 இல் நீலா வெங்கட சுப்பம்மா என்ற திராவிடப் பெண்ணைச் சென்னையில் மணந்தார். இப்பெண் ஓர் ஆரம்பப் பள்ளிக்கூட உபாத்தியாயினி. இவருக்கும் மேற்படி இராமமூர்த்திக்கும் இரு குழந்தைகள் உண்டு. இவர் இரண்டாவது மனைவி. முதல் மனைவி பார்ப்பன மாது, ஜானகி. ராமமூர்த்தி இறந்தவுடன் அவருடைய திராவிட மனைவி தன் 2 குழந்தைகளுக்கும் தனக்கும் ஜீவனாம்சம் கொடுக்குமாறு பார்ப்பன மனைவி மீது வழக்குத் தொடர்ந்தாள். ஜில்லா நீதிபதி, திராவிட மனைவிக்கும் அக்குழந்தைகளுக்கும் மாதா மாதம் 20 ரூபாய் ஜீவனாம்சம் கொடுக்குமாறு தீர்ப்புச் செய்தார். பார்ப்பன மனைவி

அத்தீர்ப்பை எதிர்த்து, உயர் நீதிமன்றத்தில் வழக்குத் தொடுத்தார். இவ்வழக்கை பாண்டுரங்கராவ், சோமையா ஆகிய இரு பார்ப்பன நீதிபதிகளும் விசாரித்தனர். இறுதியில் இந்தத் திராவிடர்-ஆரியர் கலப்பு மணஞ் செல்லாது என்று தீர்ப்பளித்து விட்டனர். இது போன்ற ஒரு கலப்புமண வழக்கில் பார்ப்பனரல்லாத நீதிபதி வெங்கடசுப்பராவ் கூறியுள்ள தீர்ப்பையும் தவறானது என்று குறிப்பிட்டு விட்டனர்.

இந்நாட்டில் ஆரியர்- திராவிடர் வேற்றுமை இல்லையென்று கூறும் சாதுக்களுக்கு, இப்பொழுதாவது புத்தி வருமா என்பது நமக்குச் சந்தேகந்தான். இந்தத் தீர்ப்பு காலநிலையை ஆதாரமாகக் கொண்டு கூறியதும் அல்ல; சட்ட ஆதரவைக் கொண்டு கூறப்பட்ட தீர்ப்பாக இருக்குமானால், ஜில்லா முன்சீப்பின் தீர்ப்புக்கும், மற்றொரு வழக்கில் நீதிபதி வெங்கடசுப்பராவ் கூறியுள்ள தீர்ப்பிற்கும் முரண்பாடு ஏற்பட்டிருக்காது. சட்டமென்றால் எல்லோருக்கும் ஒன்றாகத்தான் அமைந்திருக்க வேண்டும்.

ஆரிய வேத ஸ்மிருதிகளை ஆதரவாகக் கொண்டு இத்தீர்ப்புக் கூறப்பட்டிருக்கிறது. ஆரிய வேத ஸ்மிருதிகளோ பெரும்பாலும் திராவிடர் கொள்கைக்கு மாறுபட்டவை, திராவிடரை அடிமைப்படுத்த வேண்டுமென்னும் நோக்கத்துடன் எழுதப்பட்டவை. அவை திராவிட அறிஞர்களால் ஒப்புக்கொள்ள முடியாதவை. இந்த ஆரிய தேவ ஸ்மிருதி முக்கிய வழக்குகளை முடிவு செய்வதில் இன்னும் ஆதரவாக இருக்குமானால் ஆரியர்-திராவிடர் பேதம் ஒழிந்து விட்டதாகக் கூறுவது எவ்வாறு பொருந்தும்.

ஸ்மிருதிகளில் கூறப்படும் நீதிகள் உண்மையில் நீதிகள் அன்று. அவை முழுவதும் அநீதிகளாகும்.

“பிராமணனால் சூத்திரப் பெண்ணிற்குப் பிள்ளை பிறந்தால் அவனுக்குத் தந்தையின் சொத்தில் உரிமையில்லை.” (மனு அத். 9 க 155) என்பது மனுதர்ம சாஸ்திரம். இதனை அடுத்து, மற்றொன்று கூறப்பட்டுள்ளதையும் உற்று நோக்க வேண்டும்.

“பிராமணனுக்குச் சூத்திர மனைவியிடத்தில் பிறந்துள்ள புத்திரன் செய்யும் சிரார்த்தமானது பரலோக உபயோகமாகாததால், அத்தகைய பிள்ளை உயிரோடிருந்தாலும் பிணத்திற்கு ஒப்பாவான்'' (மனு அத் 9. க. 178) என்று மனுதர்மம் கூறுகிறது.

இந்த மனுதர்ம நீதியே, இன்று ஆரியர் - திராவிடர் கலப்பு மணத்தைச் செல்லாமலடித்ததற்கு காரணம் ஆகும். இக்கருத்துக்களை வெளியிடும் ஆரிய சாஸ்திரங்களே, இன்று ஒரு பார்ப்பனரை மணம் புரிந்து கொண்டு இரண்டு குழந்தைகளையும் பெற்ற ஒரு திராவிட மாதைச் சோற்றுக்கின்றித் தவிக்க விட்டு விட்டன!

தந்தையின் கருமத்திற்கு உடையவனே புத்திரனாவான். இத்தகைய உரிமையுள்ள புத்திரனுக்குத்தான் தந்தையின் செல்வத்தில் உரிமையுண்டு. இம்மாதிரி கருமஞ் செய்யும் உரிமை பெண்களுக்கில்லாததினால் தான், அவர்களுக்குத் தந்தை சொத்தில் உரிமையில்லை. இக்கருத்துக்களை இந்துமத சாஸ்திரங்கள் கூறுகின்றன. இதனாலேயே, இன்றும் நம் பெண் மக்கள் சமூகம், சொத்துரிமையின்றி அடிமைப்பட்டுக் கிடக்கின்றது. இதுவும் ஆரியக்கொடுமையே.

மேலே நாம் எடுத்துக்காட்டிய மனுதர்மத்தில் சூத்திர மனைவியின் மகன் கருமஞ் செய்வதற்கு உரிமை படைத்தவன் அல்லன் என்பது தெளிவாகக் கூறப்பட்டிருக்கிறது. இக்கருத்தின் மீதுதான், சூத்திர

மனைவியின் பிள்ளைக்கும் சொத்துரிமையில்லையென்பது மனுதர்மத்தில் எழுதப்பட்டுள்ளது.

இன்று அமைந்துள்ள இந்து சட்டமும் பெரும்பாலும் ஆரிய ஸ்மிருதிகளை ஆதாரமாகக் கொண்டு எழுதப்பட்டவையே. ஆதலால், இந்தச் சட்டத்தை மாற்றியமைக்க வேண்டும் என்று, இப்பொழுது பெருங்கிளர்ச்சியும் முயற்சியும் நடைபெற்று வருகின்றன.

ஒரு பார்ப்பனரல்லாதான், ஓர் ஆரியப் பெண்ணையோ அல்லது ஒரு திராவிடப் பெண்ணையோ மணந்து கொண்டாலும் சரி, மணக்காமல் சேர்த்து வைத்துக் கொண்டாலும் சரி, அவளுக்குப் பிறக்கும் பிள்ளைகளுக்குத் தந்தை சொத்தில் உரிமையுண்டு என்பது சட்டம். இச்சட்டப்படி பல தீர்ப்புகள் ஆகியிருக்கின்றன. ஆனால் பார்ப்பனன் மாத்திரம், மற்ற இனத்துப் பெண்ணிடம் பெற்ற பிள்ளைக்குச் சொத்தில் பங்கு கொடுக்க வேண்டியதில்லையாம். என்ன அநீதி! இதுவா, திராவிடர் - ஆரியர் வேற்றுமை இல்லை என்பதற்கு அடையாளம்?

ஆரிய அநீதி என்றும் தலைவிரித்தாடுகிறது என்பதற்கு, 1939-ஆம் ஆண்டு நடைபெற்ற வேறொரு வழக்கையும் இப்பொழுது சிந்தித்துப்பாருங்கள். ஒரு திராவிடர், ஒரு திராவிடப் பெண்ணை மூன்று மாதம் கருவுற்றிருக்கும்போதே தெரியாமல் மணந்து கொண்டார். பிறகு உண்மை வெளிப்பட்டதும் விவாக விடுதலைக்காக நீதிமன்றத்தில் வழக்குத் தொடுத்தார். ஆனால் நீதிபதி, சூத்திரர் விபச்சாரக் குற்றம் கற்பித்து மனைவியை விலக்க உரிமையில்லை என்று தீர்ப்பளித்துவிட்டார். இது ஆரியர் - திராவிடர் பேதமின்மையைக் காட்டுகிறதா?

இத்தகைய அநீதிகளை ஒழிப்பதற்காகத்தான் இன்று ஆரியர் - திராவிடர் கிளர்ச்சி நடைபெறுகிறது; ஆரியர்களின் ஆதிக்கம் ஒழிய வேண்டும்; ஆரியர்களின் அக்கிரமமான ஸ்மிருதிகள் அழியவேண்டும்; அப்பொழுது தான் இந்த நாட்டில் நாம் சம நீதியைக் காண முடியும்; உத்தியோகங்களில் திராவிடர்க்குக் கிடைக்க வேண்டிய சரியான பங்கு கிடைக்க வேண்டும் என்பது சமநீதி பெறுவதற்குத்தான்.

உண்மையில் மேற்படி நீலா வெங்கட சுப்பம்மாள் என்னும் மாதின் வழக்கு, திராவிட சட்டதிட்டப்படி நீதிபதிகளால் விசாரணை செய்யப்பட்டிருக்குமானால், முடிவு வேறாக இருக்குமென்று நாம் எதிர்பார்க்கலாம். ஆனால் ஸ்மிருதிகளையும் வேதங்களையும் நம்பிக் கொண்டிருக்கிறவர்கள் யாராயிருந்தாலும், அவர்கள் இத்தகைய தீர்ப்பைத்தான் கூறக்கூடும்.

இனியேனும் திராவிடர்கள் உண்மையை உணருவார்களா? ஆரியர் - திராவிடர் வேற்றுமை சாத்திரத்தில் இருக்கிறது. ஆரியர் - திராவிடர் வேற்றுமை புராணங்களில், வேத ஸ்மிருதிகளில் இருக்கிறது. ஆரியர் - திராவிடர் வேற்றுமை நமது நாட்டுப் பழக்க வழக்கங்களில் இருக்கிறது. சட்டத்திலும் நிலைத்திருக்கிறது. இதை யார் இல்லை என்று மறுக்கமுடியும்? இவ்வளவுமிருந்தும், ஆரியர் - திராவிடர் வேற்றுமைக் கூச்சல் பெரியாரால் கிளப்பி விடப்படுகிறது என்றால், அதை எந்த அறிவுள்ள திராவிடராவது நம்ப முடியுமா?

'பிராம்மணா போஜனப்பிரிய' என்ற மொழியின் உண்மையை ஊரார் அறிவர். ஆரிய மதக்காரர் தம் இனத்தவர் பாடுபடாது பிழைக்க வழிவகுத்துக் கொண்டு வரதட்சணை காணிக்கை, சமாராதனை முதலியவற்றைச் செய்வது மோட்ச சாம்ராஜ்யத்துக்கு உதவும் என்று கற்பித்துவிட்டனர். கள்ளமற்ற உள்ளத்தினரான திராவிட மக்கள், இந்த ஆரியப்

பித்தலாட்டத்துக்கு இரையாகிப் பணத்தைப் பாழாக்கிக் கொள்கின்றனர். நம் இனத்தவர் ஒருவேளை உணவுக்கும் வழியின்றி வாடுவது பற்றிக் கண்ணெடுத்தும் பாராதவர்கள், எச்சில் இலைமீது பசியுடன் நாய் பாய, அதன்மீது அதிகப் பசியுடன் பாய்ந்து பருக்கையைத் தின்னும் பஞ்சைப் பராரிகளைப் பற்றிய பரிதாப உணர்ச்சி கொள்ளவில்லை. 'பிராமணப் பிரீதி' 'தேவதா பிரீதி' என்ற கற்பனையில் சொக்கிப் பிராமணர்களுக்கு வயிறு புடைக்கச் சந்தர்ப்பணை நடத்துவர். இன அன்போ , பகுத்தறிவோ இருந்தால் இது நடக்குமா? ஓர் இனம் பாடுபட்டு வதைகிறது; மற்றோர் இனம் நோகாமல் வாழ்கிறது; ஏய்த்துப் பிழைக்கிறது. இது இந்தக் காலத்திலே கிடையாது என்று இளித்தவாயர் கூறுவர்.

திருவல்லிக்கேணி உத்திராதிமடத்தில் பிருந்தாவனமாயிருக்கும் ஸ்ரீ சத்திய ஞானதீர்த்த ஸ்வாமிகளுக்கு விசேஷ அபிஷேக அலங்காராதிகள் செய்து தூப தீப நைவேத்தியம் செய்து, பிறகு 2000 பேருக்குப் பிராமண சந்தர்ப்பணை நடந்தது என்ற சேதி, "சுதேசமித்திரன்" 1941 பிப்ரவரி 11ஆம் தேதி இதழில் இருக்கிறது. இது போல் செய்திகள் அடிக்கடி வெளிவருவதுண்டு.

அன்னமிடுவது மக்களின் கருணையைக் காட்டும் செயல் எனில், ஏன் பிராமணருக்கு மட்டும் இடுகின்றனர்? ஏழை எளியவர் எல்லோருக்கும் அன்னமிடுவோம் என்று, ஏன் நடத்தவில்லை? ஏட்டிலே எழுதிவிட்டான் ஆரியன், பிராமணனுக்குத் தான் சமாராதனை நடத்த வேண்டும். அது தான் பகவத் கடாட்சத்தைத் தரும் என்று, ஏமாந்த சோணகிரிகள், இன்னும் அதை நம்பி அழிகின்றனர்.

திராவிட நாடு திராவிடருக்கானால், பாடுபடாத பேர்வழிகளுக்குப் பருப்பும் பாயசமும், பாடுபடும் மக்களுக்குக் கம்புங் கூழும் கிடைக்கும் நிலையா இருக்கும்?

“உழைத்துவாழ, ஊராரனை ஏய்க்காதே” என்பதன்றோ நீதியாக இருக்கும்? அந்தக் காலம் வந்தால் ஆரியன் வாழ்வு கெடுமே என்ற அச்சத்தினாலேயே திராவிட நாட்டுப் பிரிவினையை ஆரியர் எதிர்க்கின்றனர். ஊரை ஏய்த்து உண்டு கொழுக்கலாம் என்று எண்ணுகின்றனர்.

“பசியோ பசி” எனக் கதறும் மக்கள், பாடுபடாது வாழுபவர் இருக்கும் திக்கு நோக்கித் திரும்பினால், என்ன ஆகும்? அந்நாள் வருவது என்றோ ?

அன்னியரான ஆரியன் ஆசாரங்களையும், மதக் கொள்கைகளையும் பண்டிகைகளையும் பின்பற்றுவதாலும், ஆரியரை உயர்ந்த வகுப்பினராகவும் குருக்களாகவும் ஒப்புக்கொள்வதாலும், ஆரியர்கள் மேனி தீமைகளுக்கெல்லாம் பொருள் கொடுத்து ஆரியர் பாதம் பணிவதாலும், ஆரிய ஆதிக்கத்திற்குட்பட்ட கோயில்களுக்குப் பாடுபட்டுத் தேடிய பணத்தைப் பகுத்தறிவில்லாமல் அள்ளிக் கொடுப்பதாலுமே, ஆரிய ஆதிக்கம் வலுக்கவும் திராவிட மக்கள் சிறுமை நிலை எய்தவும் நேரிட்டு விட்டது.

இதைப்பற்றிப் பேசியும் எழுதியும், வாயும், கையும் அலுத்துவிட்டதென்றே சொல்ல வேண்டும். அப்படி இருந்தும், தங்களின் சிறுமை நிலைக்காகத் திராவிட மக்களுக்குப் பேருணர்வு தோன்றாதது பற்றி வருந்த வேண்டியிருக்கிறது.

பெரும்பாலரான திராவிட மக்கள், சூத்திர நிலை, தீண்டாமை முதலிய ஆரியப் படுகுழிகளில் வீழ்ந்து உழல்வதற்கும், விரல்விட்டு எண்ணக்கூடிய சிறு வகுப்பினராகிய ஆரியர் சுகவாழ்வு வாழ்வதற்கும் ஆதாரமாயிருக்கிற ஆரியப் பழக்க வழக்கங்களை ஏன் கட்டி அழுகிறீர் என்று கேட்டால்,

கற்காலத்திலிருந்து நடைபெற்று வருகிற இந்தப் பழக்க வழக்கங்களை எப்படிக் கைவிடுவதென்று திராவிட மக்களிலே பலர் கூறுகின்றனர். இதைக் கேட்கும் போது திராவிட நாகரிகத்தின் மறுமலர்ச்சியை நாடும் நண்பர்களின் மனம் துடியாய்த் துடிக்கும் என்பதில் சந்தேகமில்லை. அவர்கள் சொல்லுகிறபடியாவது இந்த ஆரியக் கொள்கைகளும் வழக்கங்களும் உண்மையாகவே முற்காலம் முதல் ஏற்பட்டு நடந்து வருகின்றனவா என்று பார்த்தால், அப்படியும் இல்லை. முற்காலத் திராவிட மக்கள் இவ்வித ஆபாசமான, இழிவையே தரும், தன்மானத்தைக் கெடுக்கும் மதச் சடங்குகளையும் சாதிக் கட்டுப்பாட்டையும் கையாண்டதில்லை. அக்காலத்திய திராவிட நாகரிகம் சமத்துவத்தையும் சகோதரத்துவத்தையும் அடிப்படையாகக் கொண்ட ஓர் உயர் தனி நாகரிகமாயிருந்தது. இவையெல்லாம் சரித்திர ஆராய்ச்சியில் வெளிப்பட்டுள்ள உண்மைகள்.

ஆரிய நூலாசிரியர் சிலரும், இந்த உண்மையை ஒருவாறு எடுத்துக் கூறியிருக்கிறார்கள்.

அவற்றுள், ஒரு சிறிய அத்தாட்சியை இங்கே எடுத்துரைக்க விரும்புகிறோம்.

விஜய நகரம் மகாராஜா கல்லூரிச் சரித்திரப் பண்டிதர் தோழர் எம்.எஸ். இராமசாமி ஐயங்கார் எழுதியுள்ள (மதுரை ஜில்லா பூவருணனை) நூலில் பின் வருமாறு கூறியிருக்கிறார்.

“ஆதிகாலத்திலே திராவிடர்கள் சாதி பேதமின்றி ஒற்றுமையாக வாழ்ந்து வந்தார்கள். பின்பு ஆரியர், திராவிட நாட்டில் வந்து குடியேறித் திராவிட மன்னர்களின் தயவைப் பெற்றார்கள். ஆரியரில் சிலர் அந்த மன்னர்களுக்குக் குருவானார்கள். அதன் பின்னர்தான் தமிழ்நாட்டில் ஆரிய ‘நாகரிகம்’ பரவத் தொடங்கிற்று. ஆரிய மதமும்

தெய்வங்களும் ஆசாரங்களும் சாதி வித்தியாசங்களும் தமிழ் நாட்டில் வேரூன்றிவிட்டன.

கி.மு. முதலாவது நூற்றாண்டு முதல் மூன்றாவது அல்லது நான்காவது நூற்றாண்டு வரையில் புகழ்பெற்ற சங்கங்கள் இருந்தன. அரியபெரிய கவிஞர்களும் வித்துவான்களும் இச்சங்கங்களில் அங்கத்தினராயிருந்தார்கள். அவர்கள் எழுதி வைத்த நூல்களின் மூலமாக அரசாங்கத்தில் தமிழ்நாட்டில் பரவியிருந்த மதங்களின் வரலாறு நன்றாய்ப் புலப்படுகின்றன. அக்காலத்தில் பௌத்த சமண மதங்கள் பரவியிருந்தன.

இக்காலத்து மதநிலையைப் பற்றி நாம் முக்கியமாய் கவனிக்க வேண்டிய விஷயம் ஒன்றுண்டு. அதாவது தற்காலத்தில் குடும்பத்திலிருக்கும் ஒருவன் ஒரு மதத்தை விட்டு வேறு மதத்தைத் தழுவினால், அவனைச் சாதியில் சேர்த்துக் கொள்வது வழக்கமில்லை. சங்க காலத்தில் அப்படியில்லை, ஒவ்வொருவரும் தம் மனச்சாட்சிக்கு விரோதமில்லாமல் எந்த மதத்தை வேண்டுமானாலும் அனுசரிக்கலாம். அதனால் அவனுக்கு யாதொரு குற்றமும் ஏற்படாது. குடும்பத்தார் அவனை நீக்குவதும் இல்லை. இது அக்காலத் தமிழர்களுடைய விரிந்த மனப்பான்மையையும் நாகரிக உயர்வையும் காட்டுகிறது''

இது நாம் கூறுவதல்ல. ஆரிய ஆசிரியர் ஒருவரே எடுத்துக் கூறியிருக்கும் உண்மை. அக்காலத்தில் பொதுமக்கள் தங்கள் விருப்பம் போல் பல்வேறு தெய்வங்களை வழிபட்டு வந்தாலும், அதனால் அவர்களுக்குள் வேறுபாடோ, வெறுப்போ, பிரிவினையோ இல்லாமல் எல்லோரும் ஒரே குடும்பத்தினர்போல, ஒரே இனமாக ஒற்றுமையுடனும் சகோதர பாவத்துடனும் பழகி வந்தனர். இது தமிழ் நாகரிகத்தின் மாண்பு. ஆரியர் வந்த பின்தான் மேலே குறிப்பிட்டபடி தமிழ்நாட்டில் சாதி வித்தியாசங்களும் மத

வேற்றுமைகளும் மதத்துவேஷமும் வளர்ந்து தற்காலச் சிறுமை நிலை ஏற்பட்டது. இதெல்லாம் ஆரியர் சேர்க்கையால் தமிழர்களுக்கு ஏற்பட்டுள்ள மகத்தான கேடு! இந்தச் சீர்கேடும் சிறுமை நிலையும் நம்முன்னோர் காலத்தில் உள்ளதல்ல என்பதும், இடைக்காலத்திலே ஆரியர் வரவால் உண்டானதென்பதும், மேற்குறிப்பிட்ட எடுத்துக்காட்டால் தெற்றென விளங்குகிறது. இதற்கு ஆதாரமாக இது போன்ற நூற்றுக்கணக்கான சான்றுகளைச் சரித்திரத்திலிருந்து எடுத்துக் காட்டலாம். ஆகவே, முன்னோர் வழக்கம் என்று தவறாக எண்ணிக் கொண்டு ஆரியர் சிறுமை நிலைகளுக்கு இடங்கொடுக்க வேண்டியதில்லை. திராவிட நாட்டு மாபெருந் தலைவர் ஈ.வெ.ரா.வின் இடைவிடாத முயற்சியால், தமிழர் மீது சுமத்தப்பெற்ற ஆரிய இழி நிலைகள், ஒவ்வொன்றாக வீழ்ந்து வருகின்றன! இந்த அரிய தருணத்திலே, தமிழ்ப் பெருமக்கள் ஆரிய சூழ்ச்சியினால் மறந்துபோன, மறைந்து கிடக்கும் பழந்தமிழ் நாகரிகத்தை அன்றாட வாழ்க்கையில் நடைமுறைக்குக் கொண்டுவர, ஒவ்வொரு வழியிலும் முற்பட வேண்டும். திராவிடத்தமிழ் நாகரிக மறுமலர்ச்சியே, திராவிடர்களின் முன்னேற்றத்திற்கும் திராவிட நாட்டின் விடுதலைக்கும் வழிகோல வல்லது.

தென்னிந்திய மொழிகளை நன்றாக ஆராய்ந்த அறிஞர் கால்டுவெல், இவை வடமொழியினின்று தோன்றியவை அல்லவென்றும் வடமொழி திராவிடத்தினின்று கடன் பட்டுள்ளதென்றும் கூறியுள்ளார். ‘இந்தியக்கலையின் அடிப்படை, திராவிடக்கலையே’ என்று டாக்டர் கில்பர்ட் ஸ்லேட்டர் அவர்களும் இந்தியக்கலைகளை ஆராய்ந்து வெளியிட்டுள்ளார்.

இனித் திராவிடம் தெற்கில் சிறப்பதேன், என்பதை இந்தியத் துணைக் கண்டத்தின் உண்மை வரலாறு காண, வரலாறு, வேதகால வேதியர் சிந்துக்கரையிலும் கங்கைக்கரையிலும் வாழ்ந்ததிலிருந்து தொடங்குவது மாறி வைகை, காவேரி,

பாலாறு ஆகிய ஆற்றோரங்களில் அமைந்த அரசுகளின் பழமையிலிருந்து தொடங்கப்பட வேண்டும் என்றும், அதுவே உண்மையான வரலாற்றை உணர வழியென்றும், பேராசிரியர் மனோன்மணீயம் சுந்தரம்பிள்ளை அவர்கள் கூறியது மறைக்க - மறுக்க முடியாததோர் உண்மையாகும். இந்திய வரலாற்றின் ஏட்டைப் புரட்டினால், வரலாற்றுக் காலத்தில் வாழாத வடநாட்டரசன் இராமன் இடைநாட்டு வானரர் துணைக்கொண்டு, அணைகட்டிக் கணைதொடுத்து இணையற்ற தென்னாட்டுப் பேரரசன் இராவணனை அழித்த செய்தி, இதிகாசப் பெயரால் இயம்பப்படுகிறது. பாண்டவரிடையே நடந்த போரும், நூற்றுவர் ஐவரிடையே இருந்த நியாயமும் கூறப்படுகிறது. ஆனால் பாரதப்போரில் பெருஞ்சோறளித்த சேரனைப்பற்றிய குறிப்புக் காணப்படுவதில்லை .

இரண்டாம் நூற்றாண்டிலே (கி.பி. 114) சேர நன்னாட்டில் ஆண்ட சேரன் செங்குட்டுவன். வடநாட்டில் கனகன், விசயன் என்ற அரசரிருவர் விருந்திடைப் புகன்ற பொருந்தாமொழி கேட்டு, கண்ணகிக்குக் கற்சிலை எடுக்க எண்ணியதுடன், ஆரியர்க்கும் தம் வலிமை காட்டக் கருதி, வடநாடு சென்று வாகை சூடி வட இமயத்தில் கற்கொண்டு கனகவிசயர் தலைமீது ஏற்றி கங்கை கடந்து கான் நடந்து, மலை பல கடந்து, தென்னாடு கொண்டு வந்த செய்தி, ஏன் வரலாற்றில் இடம் பெறவில்லை? வரலாற்றுக் காலத்தில் நடைபெற்ற செங்குட்டுவனின் உடன் பிறந்த இளவல் 'இளங்கோ' சிலப்பதிகாரம் என்ற முத்தமிழ்க் காப்பிய காலத்தில் இட்டுத் தந்த உண்மை நிகழ்ச்சியன்றோ அஃது?

தமிழில் கூறப்பட்டுள்ளதாலும், தென்னாட்டார் வட நாட்டாரை வென்றது என்பதாலுமே இது வரலாற்றில் இடம் பெறவில்லை என்பதை உணர்ந்தும், இனியும் திராவிட இனம் தனியிடம் கேட்பதற்குத் தயங்குமா? திருமாவளவனும், கரிகால்வளவனும், ஆரியப்படை கடந்த நெடுஞ்செழியனும்,

பெருஞ்சோற்றுதியன் சேரலாதனும், பிறரும் வாகையுடன் வாழ்ந்ததை நாம் அறிவோம். ஆதாரமுண்டு. சேரலாதன் அளித்த பெருஞ்சோறு. வடநாட்டில் வாடிய ஆரியர்க்குத் தமிழக வளனைச் சுவைக்க வாய்க்கு வாய்ப்புக் கிடைத்ததால் வாழ்வுக்கு வாய்ப்புக் கிடைத்ததென்று தென்னாடு நுழையத் தூண்டியதோ என்ற ஐயமும் உண்டு. வள்ளற்றன்மை தமிழரின் வாழ்வைப் பாழாக்கவா பயன்பட வேண்டும்? என்ற வருத்தமும் உண்டு. இராசராச சோழனின் வெற்றியும், இராசேந்திரனின் பர்மா படைபெயடுப்பும் கங்கைகொண்ட சோழனின் வரலாறும் மறந்தோமில்லை. இவையெல்லாம் போரிலே கண்ட வெற்றிகள்! பற்பல வேல்கள் பாய்ந்ததால் விளைந்த வாகைகள்! ஆனால் அன்றிலிருந்து இன்றுவரை ஆரியத் தொடர்பால் தமிழரின் வெற்றி இடம் பெறாத அளவுக்கோ இடம்பெற முடியாத அளவுக்கோ அல்ல, இடம் பெறத் தகுதியற்ற அளவிற்குத் தமிழர் அறிவிழந்துள்ளனர். ஆரியர் அனைவரும் கற்றவர், தமிழர் யாவரும் கல்லாதவர் (100க்கு 95) என்ற நிலை. பேதமற்ற மனமும், காதல் கனிவும், வீரமும்-ஈரமும் நிறைந்த போதே அறிவினை ஆண்டவன் பேரால் அடகு வைத்து விதியின் விளையாட்டிலே ஈடுபட்டனர்.

போர் முனையிலே வாளுடன் வாள் பேச, ஈட்டிக் குத்தைக் கேடயந் தடுக்க, தைத்திட்ட வேலினைப் பறித்து எதிரியின் உயிரினைப் போக்கி நகைத்து அஞ்சா வண்மையுடன் வெற்றி கொண்ட தமிழர், பஞ்சாங்கப்படை முன் மண்டியிட்டு, வேதியக்கூட்டம் ஓதியவற்றை நம்பி தர்ப்பைப் புல்லிற்குத் தலை வணங்கி நின்றனர்.

இனிக் கலையென்னும் பெயரால், ஆரியம் வீசிய வலையில் வீழ்ந்திடும் தமிழர் நிலையும், ஓவியத்தின் அழகுச் சிலையின் நேர்த்தி, காவியத்தின் அமைப்பு, இலக்கியத்தின் போக்கு, சொல்லினிமை, பொருள் நயம் என்று பற்பல கூறி மயக்கிடும் மனக்குலைவும், வருத்தத்தையும் விளைவிப்பன.

கம்பராமாயணமும், பெரிய புராணமும் இலக்கியப் பெயரால் மதக்கருத்தை மக்களுக்கு ஊட்ட முற்பட்டு, ஆரிய அடிமை ஏடுகளாய் தமிழர் தலைமீது தாங்கும் நிலை பெற்று, தமிழர் விலை கொடுத்து வாங்கும் உணர்வைக் கொலை புரியும் நஞ்சாய் அமைந்துள்ளன. மதமெனும் முள்ளில், கலையெனும் ஊன் அமைக்கப்பட்டிருப்பதறியாது உணவெனக் கருதிச் சுவைத்திடச் சென்று, அவ்வழி ஆரியத் தூண்டிலிற் சிக்கி வாழ்வினைப் பறிகொடுக்கின்றனர் தமிழர். பழந்தமிழ்ப் பணுவலாம் புறநானூற்றில், ஆரியமும் நுழைந்துள்ளது என்பது எவரும் மறுக்க முடியாது. ஆரியப்படை கடந்த நெடுஞ்செழியன் வெற்றிச் சிறப்புக் காணப்படும் ஒருபுறம். பல் யாகசாலை முதுகுடுமிப் பெருவழுதியைப் பற்றிய பாடல் மற்றொரு புறம். இன்னும் பற்பல காட்சிகள் உண்டு. அவற்றிலே பூஞ்சாற்றூர்க் கௌணியன் என்னும் பார்ப்பான் வேள்வியைச் சிறப்பிக்கும் காட்சியுமுண்டு. இவையன்றி வடநாடுவென்ற செங்குட்டுவனும், மாடலமறையோன் என்னும் பார்ப்பனன் சொல்லினை ஏற்று வேள்வி செய்துள்ளான் என்று சிலப்பதிகாரத்தில் (காதை 28) நடுகற்காதையில் விளக்கமாகக் கூறப்பட்டுள்ளது. வேள்வி ஆரியர்க்குரியதென்பதும், அவர்கள் வாழ்வுக்குத் துணையென்பதும் உணருங்கால், ஆரியரை ஆரிய நாட்டில் வென்று, திராவிடத்தில் ஆரியத்துக்கு அடிமையாய் வாழ்ந்தான் சேரன் என்பதை எவ்வாறு மறுக்க முடியும்? தன்னுணர்வு பெற்றாலன்றித் தமிழன் அடிமை மயக்கம் நீங்கித் தன்னுரிமையாய் வாழ்வதற்கு வேறு வழியேது? ஆரிய ஆட்சி ஆட்டம் கொடுத்ததுதான் எதனால்?

திராவிட நாட்டின் தமிழ்ப் பகுதியில் காஞ்சிபுரத்தைத் தலைநகராகக் கொண்டு கி.பி (300 முதல் 700) 7-ஆம் நூற்றாண்டுவரை ஆண்ட பல்லவர்களைப் பற்றிப் பலரும் படித்திருக்க முடியும். வடமொழியும் நாலு வேதமும் இந்நாட்டில் ஒழுங்காக வளர்க்கப்படுவதற்குத் துணை புரிந்தார்கள் என்பதன்றி வடநாட்டிலிருந்து கூட்டங்

கூட்டமாகப் பார்ப்பனர்களை அழைப்பித்துத் தமிழகத்தில் பல இடங்களில் குடியேற்றி, பிரமகானம், தேவகானம் முதலிய பெயரால் பல கிராமங்களை முற்றூற்றுகளாக *(வரியின்றி)* வழங்கினராதலின், தமிழகத்தின் பலபகுதியும் இன்று சதுர்வேதி மங்கலங்களாகக் காட்சியளிக்கின்றன.

திராவிடத்தில் தமிழர் வரலாறின்றித் தெலுங்கர் வரலாற்றைக் கண்டாலும் இது விளங்கும். இங்கு நான்காவது நூற்றாண்டில் நுழைந்த கூட்டம் ஆந்திர நாட்டில் *2*-ஆம் நூற்றாண்டில் நுழைந்துள்ளது. ஆந்திர நாட்டை ஆண்ட இச்சுவாகு, சாதவாகனர் என்ற இரு பரம்பரையினரும் தங்களை உயர்ந்த சாதியராக்கிக் கொள்ள ஆரியத்திடை, அடைக்கலம் புகுந்துள்ளனர். இச்சுவாகு வழியினரான மகாசாந்தமூலர் கி.பி. *200-218* வரை ஆண்ட போது, பார்ப்பனர்களை வடநாட்டிலிருந்து அழைத்துத் தானங்கள் பல புரிந்து, யாகங்கள் பல நடத்தித் திராவிடத்தை ஆரியக்களமாக மாற்றினார். *(P.49 Early Dynasties of Andra Desa By B.V. Krishna Row M.A., B.L.)*

"His regin was responsible for, a great wave of an immigration, particularly of Brahmana settlers in Andhra desa from the north and north west. The immigrants came, in all probability, at the invitation of the Emperer Santamula who after a lapse of more than a century, revived the Vedic sacrifices and particularly, the celebrated Vajabeya and Aswamedhe... Thus new villages were founded and Brahmana settlements established."

மகாசாந்த மூலரின் மகன் வீரபுருடதத்தன் என்பவன், *(கி.பி. 218-239)* தன் காலத்தில் ஆரிய நுழைவால் தன் நாட்டிற்கு வந்த கேட்டினை உணர்ந்து அதனை நீக்க முற்பட்டான். அவன் புத்தமத்தைத் தழுவியதன்றித் தன் நகரில் அமைத்த புத்த விகாரங்களின் பார்வைச் சுவரில் பார்ப்பனீயத்தை வெறுப்பதைக் காட்ட ஓர் லிங்க உருவத்தை உதைத்துத்

தாழ்த்துவது போல் லிங்கத்தின் உச்சியில் தம் குதிகாலை வைத்துக் கொண்டுள்ள நிலையில் பல கற்பதுமைகள் செதுக்கிப் பதிய வைத்திருந்தவை இன்றும் காணப்படுகின்றன. அவற்றில் பெரிய இரண்டு சிலை உருவங்கள் மேற்கண்ட நூலில் படமெடுத்தும் காட்டப்பட்டிருக்கின்றன.

"The Ikshavahu king who was till then a follower of vedic Brahmanism and a worshipper of Siva in the form of linga, renounced faith and became a true convert to Buddhism. (P.58)

In this panel there is a representation of monarch crushing with his right heel, a stone linga, which is encircled by many headed serpant. The linga and the serpent apparently symbolise Brahmanism and worship of Maheswara. The Brahamanism is denounced by the king in the presence of his ministers and high diginitaries of State...

It is probable that "Sri Virapurushadatha" attempted to crush the tide of Brahmanism which received great impetus and revival under the aegis of his llustrious father Santhamula the great, only, two decades ago" (pages 59-60)

ஆந்திராவானாலும் அங்கும், ஆரியப் படையெடுப்பு கி.பி. 200-இல் தான் வெற்றி பெற்றதென்பதும் அஞ்ஞான்றும் அவர்களுக்கு எதிர்ப்பு இருந்ததென்பதும் தெரியவருகின்றது. திராவிட நாட்டுப் பிரிவினைக்கு ஆந்திர வரலாறு ஆதாரம் பல தருகின்றது. ஆந்திரத் தோழர்கள் இதனை உணரும் நிலை விரைவில் ஏற்பட வேண்டும்.

இலக்கியங்களிலே பற்பல மூட நம்பிக்கைகள் புகுந்து பொய்மை மலிந்து, மக்கள் கருத்தைப் பாழாக்குகிறது என்பது ஒருபுறமிருக்க புலவர் பெருமக்கட்கே உரிய

இலக்கணங்களின் நிலைதான் என்ன? தொல்காப்பியத்தில் சில இடைச் செருகல்; வீர சோழியமும், நன்னூலும் வடமொழி இலக்கியத்தைத் தழுவியவை. இவற்றின் உரைகளோ ஒப்பியல் மொழி தோன்றாக் காலத்திலேயே தமிழ் மொழி வடமொழி ஒப்பிலக்கணங்களாக அமைந்தவை. ஆனால் பிற்கால இலக்கணங்களில், "ஐந்தெழுத்தால் ஒருபாடையுண்டென அறையவும் நாணுவரே மக்கள்" என்று இலக்கணக் கொத்துச் சாமிநாத தேசிகர் கூறுகின்ற அளவுக்குத் தமிழ் இழிந்தது எதனால், வடமொழி இலக்கணத்தில் ஆழ்ந்து தமிழ்மொழி இலக்கணத்தைப் புறக்கணித்ததாலன்றோ?

இலக்கியத்துக்குக் கற்பனை துணையென்றாலும் இலக்கணத்துக்குக் கற்பனை கேடு பயப்பதன்றோ? வெண்பாப்பாட்டியல் (வச்சணந்தி மாலை) என்ற பிற்கால நூல் எவ்வளவு கற்பனையில் ஆழ்ந்ததாகவும் கருத்திற் கொவ்வாததாகவும் அமைந்திருக்கிறது என்பதைப் புலவர்கள் நினைத்துப் பார்க்கட்டும். ஏன் இந்த அறியாமை உருவெடுத்துவந்த பட்டியல் ஏடு, பல்கலைக் கழகங்களில் பாடமாய் அமைதல் வேண்டும்? படிப்பதால் ஏதாவது பயனிருக்க முடியுமா? நால்வகைச் சாதியை இந்நாட்டினில் நாட்டினீர், என்று ஆரியரைப் பார்த்து முழங்கிடும் உண்மையுணர்ந்தும், எழுத்திலும் நால்வகைச் சாதியா? உயிரெழுத்தும் மெய்யெழுத்தும் உயிர்மெய்யும் சார்பும் எழுத்தின் வகையாம் என அறிவுடன் பட்டு ஆயிரமாயிரமாண்டுகளாய் வழங்கிய உண்மைக்கு மாறாக, ஆரியம் புகுந்து வளம் பெற்று, தமிழ் கற்று இலக்கியமியற்றும் தொண்டினை ஏற்று மெல்ல ஆரியப் புலவரெல்லாருள்ளமும் ஆரியக் கருத்துறையும் மடமாக்கி, அவர்கள் எழுப்பிடும் ஒலியும், பொருளும் ஆரியத்தை வெளியிடும் நிலைமையை உண்டாக்கி விட்டது. முக்காலத்திலும் மொழி வழங்கிடத் துணைபுரியும் அறிவியற்சாலையாம் இலக்கணத்திலும், ஆரிய நச்சரவுதான் படத்தினை எடுத்து ஆடுகின்றது.

பாட்டியலில், பன்னீருயிரும் முதலாறு மெய்யும். பார்ப்பன வருணம் என்றும், அடுத்த ஆறுமெய்கள் அரச வருணம் என்றும், நான்கு மெய்கள் வைசிய வருணம் என்றும், பிற இரண்டும் சூத்திர வருணம் என்றும் கூறப்படுகிறது. ஆரியருடைய பிராமண - க்ஷத்திரிய - வைசிய - சூத்திர என்ற சாதிப்பிரிவுகள் மக்களிடையே நிலவின், ஒருகால் ஒழிக்கப்பட்டு விடுமோ என்றெண்ணி, நாட்டின் அறிஞர் என்றெண்ணப்படும் புலவர் வழங்கிடும் பாவிலும் எழுத்திலும் வருணப் பொருத்தம் வகுத்துள்ளார். 'ல, வ, ற, ன' என்ற நான்கு வைசிய எழுத்துக்களாம். 'ழ, ள' என்பன சூத்திர எழுத்துக்களாம். இதிலும் ஓர் உண்மை விளங்குகின்றது. தமிழ் மொழிக்கே சிறப்பாகவுள்ள ழ, ற, ன என்ற மூன்றெழுத்துக்களும் வைசிய சூத்திர இனமாக அமைக்கப்பட்டுள்ளன. வடமொழி 'ல, ள' வாகவும் ஒலித்திடுமானாலும் தமிழுக்கே சிறப்பாகத் தனி எழுத்தாகவுள்ள 'ற' 'ழ' வடமொழியில் இல்லை. இவை சூத்திர எழுத்து எனக் கூறப்படுவதன் பொருளென்ன?

ஆரியரிடமிருந்து பிரித்துக் காட்டக்கூடிய அளவு தனித்து வாழ்ந்த திராவிடர்களைத்தான் ஆரியர், "சூத்திரர்" (தாசி மக்கள்) என்று நான்காம் வருணத்தாராய் வழங்கினர் என்பதன் விளைவன்றோ? இவ்வகந்தையை ஒழிக்க விரும்புமறிஞர்கள் இவ்விலக்கணத்தை நிலவிட விட்டு வைக்க முடியுமா?

பார்ப்பனரை வெண்பாவாலும், அரசரை ஆசிரியப் பாவாலும், வணிகரைக் கலிப்பாவாலும், சூத்திரரை வஞ்சிப் பாவாலும் பாட வேண்டுமாம். இது இலக்கிய வழக்கற்றது. ஆனால் இலக்கணத்தில் விதியாகப் புகுந்துள்ளது.

பாக்களில் சிறந்த வெண்பாவெனும் ஒண்பா பார்ப்பனருக்கு, பார்ப்பனரை ஆசிரியராகக் கொண்ட அரசர்க்கு அதற்கடுத்த ஆசிரியப்பா, வைசியருக்கு - வகை பல குறைந்த கலி. சூத்திரர்

என்ற திராவிடருக்கு - ஆரியர் உருவெடுத்து வழங்கிய வஞ்சிப்பா! தமிழ்ப்பா இயற்றுமிடத்திலும் ஆரியத்துக்கு முதல் தாம்பூலமா? இன்றும் கலம்பகத்தில் (பாக்களைக் கலந்து பாடும் முறை) தேவருக்கு 100 செய்யுளும், பார்ப்பனருக்கு 96-ம், அரசருக்கு 90ம் அமைச்சருக்கு 70ம், வணிகருக்கு 50ம் மற்றவருக்கு 30 செய்யுளும் பாடவேண்டுமென்பது பாட்டியல் விதிகளாம். ஆண்டவனின் அவதாரம் அரசன் என்று எண்ணியிருந்த நாட்டிலேயே, அரசனைவிடப் புரோகிதப் பார்ப்பான் உயர்வென்று கருதி அதிகமான செய்யுள் செய்வது முறை என்று எழுதிய நயவஞ்சகர், பிறமக்களை இழிவுபடுத்தும் முறையில் இலக்கியத்திலோ இலக்கணத்திலோ கூறியிருப்பது ஆச்சரியமன்று. ஆனால் இவற்றைப் புலவர்கள் தாங்கி நிற்பதுதான் நமக்கு வருத்தத்தைத் தருகின்றது. மனுநீதியை விடப் பாட்டியல் எவ்வகையில் மாறுபட்டிருக்கின்றது? இது மக்கள் முன்னிலையில் பொசுக்கப்பட்டாலொழிய, திராவிட இன உணர்ச்சியும் பிறப்பொக்கும் எல்லா உயிர்க்கும் என்ற அடிப்படைக் கருத்தும் மறுபடியும் நிலவிட முடியுமா? ஆரியக் கொள்கைகள் நூல் வடிவில் இருப்பினும், ஆரியர் கையாண்ட தீ வளர்க்கும் வேள்வி முறைக்கே இரையாகப் பலியிடும் நாளே நம்மை நாம் உணர்ந்த நாளாகும். இன்னும் பாட்டியல் வழங்கிடும் பொருத்தங்களையெல்லாம் பார்த்துத் தமிழ்ப்பா இயற்றுவதென்பது, பயனில்லாத செயலாகும். மங்கலப்பொருத்தம், முதற்சொல், எழுத்துத் தகனம், பால் உணர், வருணம், நாள், கதி, கணம் ஆகிய எல்லாப் பொருத்தங்களும், தமிழ் மொழியில் உள்ள எல்லா விழுமிய சொற்களையும் பயன்படுத்தி, அழகிய கருத்து நிறைந்த கவிகளை இயற்றும் இயற்கை முறையில் மட்டுப்படுத்தும் மாற்றுவகையில் அமைந்துள்ளது. இன்னும் பல சொற்களையும் பயன்படுத்த முடியாது இப்பொருத்தங்கள் தடை செய்வதனால், பல வடமொழிச் சொற்களையும் (பிறமொழி எனப்பாராது) புலவர்கள் கையாளும் நிலைமையை ஏற்படுத்தியது. தனித்தமிழ், உயர் தனிச் செம்மொழி, தன் இயல்பினை இழக்கவோ அன்றி இழந்த

நிலையைக் காட்டவோ பாட்டியல் பயன்பட முடியுமேயன்றி, எந்த முறையிலும் தமிழ் மொழிக்கு ஏற்றதல்ல; பொருத்தமானதுமன்று என்பது எவரும் மறுக்க முடியாததாகும். ஆரியம் ஒழியத் தன்னுணர்வு பெற்றிடுதல் இன்றியமையாதது. தன்னுணர்வு வளரத் தமிழ்க் கழனி திருத்தப்படுதல் வேண்டும். இலக்கியப் பூங்காவானாலும் இலக்கண விளை நிலமானாலும் ஆரியக் கள்ளி முளைத்து வளர்ந்திருப்பின், அதன் தீமையை உணர்ந்த திராவிடர் அதனைத் தீ வைத்தேனும் ஒழித்திடத் தயங்கார். ஆகவே தோழர்களே! மாணவர்களாகிய நாம் நமது கடமையை உணர்ந்து, ஒல்லும் வகையெல்லாம் திராவிடர் இனம் எழுச்சி பெறவும், வாகை சூடவும் முயல்வோமாக.

"ஆரியர்கள் இந்தியாவுக்கு வந்ததைப் பற்றி A.K. Saunders C. S. I. I. C. S. என்கிற ஓர் ஆராய்ச்சிக்காரரர் சுமார் 20 வருஷங்களுக்கு முன் இந்தியாவின் மதம் என்னும் ஆராய்ச்சி நூலில் எழுதியிருப்பதாவது:

சுமார் 5000 வருஷங்களுக்கு முன் இந்தியாவின் சீதோஷ்ண நிலை, இப்போது இருப்பதை விடச் சற்றுக் குறைந்த குணம் உள்ளதாக இருந்தது. இந்தியாவில் மக்கள் அநேகமாக எல்லோரும் திராவிடர்களாகவே இருந்தார்கள் என்றாலும், அவர்கள் பல பிரிவுகளாகவே ஆங்காங்கு இருந்து வந்தார்கள். அவர்கள் கறுப்புநிறமுடையவர்கள்; சற்று உயரம் குறைந்த வர்கள். இப்போதைப்போலவே நல்ல கஷ்டப்படக் கூடியவர்களாகவும், நல்ல சுபாவமுள்ளவர்களாகவும், கவலை இல்லாதவர்களாகவும் இருந்து வந்தார்கள். அப்படிப்பட்டவர்கள் ஆரியர்கள் படையெடுப்பினால் நிலைகுலைந்தார்கள். ஆரியரின் ஆதிக்கத்தினால், அடிமை ஜாதி மக்களாக ஆக்கப்பட்டார்கள். ஆரியர்கள் தங்கள் நாட்டில் புல்தரை இல்லாததாலும் மங்கோலியர் அவர்களை விரட்டி அடித்ததினாலும் பிழைப்புக்காக இடம் கண்டு பிடிப்பதற்கென்றே சிறு சிறு கூட்டமாக வந்தார்கள்.

அவர்கள் வந்த சமயத்தில் இந்தியாவில் திராவிடர்கள் பல பிரிவுகளாக, ஆங்காங்கு தனித்தனியே சிறுசிறு பாகத்துக்கு அதிகாரிகளாக இருந்து ஆட்சி செலுத்தி வந்தனர். அதனால் அவர்களில் ஒருவருக்கொருவர் கலகம், சண்டை செய்து கொண்டிருந்தார்கள்.

இந்த நிலையில் அப்போது இங்குப் பிழைக்க வந்த ஆரியர்கள், உள்நாட்டுக் கலகத்தில் கலந்துகொண்டு, தாங்கள் ஆளுக்கொரு கட்சியில் சேர்ந்து கலகங்களையும் போர்களையும் பெருக்கி ஒருவரையொருவர் தாக்கி மடியும் படியும் இளைக்கும்படியும் செய்தனர்.

முதல் முதல் ஆரியர்களுக்குச் சுவாதீனமான நாடு வடமேற்கு மாகாணமாகும். பிறகு, அங்கேயிருந்து தொடர்ந்து திராவிடர்களைக் கொடுமைப்படுத்தி, அடக்கி வெற்றி பெற்றுக் கொண்டே வந்தார்கள் ஆரியர்கள். இந்தியாவில் ஒரே தடவையில் ஒரே கூட்டமாக வந்து ஜெயித்தவர்களல்லர்! ஆதியில் அவர்கள் தனித்தனி சமயங்களில் தனித் தனிக் கூட்டங்களாக வந்து தனித் தனியாகப் போரிட்டும் தனித்தனியே வெற்றி கொண்டார்கள். ஆதியில் இவர்கள் வந்தவிதம் சொல்லவேண்டுமானால், வேவுக்காரர் போலவும், திடீரென்று புகுந்து தாக்கியும், கையில் கிடைத்ததைப் பற்றிக் கொண்டும், பிறகு நிலைத்த ஆதிக்கமும் தேடிக் கொண்டார்கள்.

சில மேன்மையான இடங்களையும், சகல சவுகரியமும் பிரபலமும் உள்ள இடங்களையும், யுத்தம் செய்தும் திராவிடர்களைக் கொன்றும், பலரை அடிமைப்படுத்தியும் சுவாதீனம் செய்து கொண்டார்கள்.

இவை தங்களுக்குப் போதுமான அளவு கிடைத்ததால் அவர்கள் இங்கு நிலைத்தவர்களாகி நாடெங்கும் தங்கள் கலைகளை, பழக்கவழக்கங்களைத் தங்கள் சவுகரியத்துக்கும் மேன்மைக்கும் ஏற்ற கொள்கைகளைப் பரப்ப ஆரம்பித்தார்கள். இங்கு வந்த ஆரியர்களின் சொந்தத் தன்மைகளையும் சரித்திரங்களையும் சொல்ல நமக்குப் போதிய சரித்திரம் இல்லை; என்றாலும் வேதம் ஆகியவற்றாலும் அவர்களது தன்மை, மதம், பாஷை ஆகியவற்றாலும் ஒருவாறு ஊகித்தறியலாம்.

அவர்களுக்குப் புரோகிதமும், சடங்குமே பிரதான மதக் காரியமாகும். அவர்களுடைய கடவுளாகப் பஞ்ச பூதங்களும் இந்திரன் முதலியவையும் இருந்து வந்தன. (இது ஆதியில் ரோம், கிரீஸ் முதலிய ஐரோப்பிய நாடுகளிலும் இருந்தது போலவே ஆகும்.)

இன்று ஆரியர்கள் கடவுள்களாக வணங்கும் இராமன், கிருஷ்ணன் என்பவர்கள், ஆரிய ஆதிக்கத்தை நிலை நிறுத்த வேலை செய்த வீரர்கள். இராமன் திராவிடர்களை வென்று, தென்னாட்டிலும் இலங்கையிலும் ஆரியர் தம் ஆதிக்கத்தை ஏற்படுத்தியவன். ஆரியப் புரோகிதர்கள் யுத்த வீரர்கள் இல்லாவிட்டாலும் மிகவும் சக்தி உடையவர்கள்.

“ஆரியர்கள் இப்படிப்பட்ட மதத்துக்கு விரோதமாக, யார் யாரோ என்னென்னமோ முயற்சி எடுத்தும், அவை பயனில்லாமல் போய்விட்டன என்றும், புத்தமதத்தை ஆரியர்கள் தங்களுக்கு விரோதமான மதமென்று கருதியே ஒழித்துவிட்டார்கள் என்றும்; ஜாதிபேதமில்லாத மதத்தையும், மூடநம்பிக்கை இல்லாத வணக்கம், கடவுள் முதலியவற்றையும் ஏற்படுத்திய கிறிஸ்து, முகம்மது, இராஜாராம் மோகன்ராய் போன்றவர்களின் முயற்சிகளையும், கொள்கைகளையும் ஒழித்து அந்த மதங்களையும், மதத்தைச் சேர்ந்த மக்களையும் இழிவு படுத்தி வெறுக்கச் செய்து

ஆரியர்களே மனித சமூகத்தில் மேம்பட்டவர்கள்; அவர்களே எஜமானர்கள், குருமார்கள், புரோகிதர்கள், பூஜைக்காரர்கள், உயர்ந்த ஜாதியார்கள் என்று ஆகி மற்ற சமுதாயம் தலையெடுக்கவொட்டாமல் செய்துவிட்டார்கள்.

சென்னையில் 1939 ஏப்ரல் 21 மாலை 6 மணிக்குத் தென்னிந்திய பிரமசமாஜத்தின் ஆதரவில் சென்னை அண்ணாப்பிள்ளைத் தெருவிலுள்ள பிரமசமாஜக் கட்டிடத்தில் ஒரு பொதுக்கூட்டம் நடைபெற்றது.

கூட்டத்திற்கு அறிஞர் S. சோமசுந்தர பாரதியார் MABL தலைமை வகித்துப் "பழந்தமிழர் மணமுறை" என்ற பொருள் பற்றிச் சுமார் 1½ மணி நேரம் அரிய சொற்பொழிவு நிகழ்த்தினார். அதன் தொகுப்பு வருமாறு:

"தமிழ்ச் சகோதரிகளே! சகோதரர்களே! சாதிமத வேறுபாடு கருதாது தமிழைத் தாய்மொழியாகக் கொண்ட எல்லோரையுமே தமிழர்கள் என்றேன். நான் சென்னைக்கு வந்தபோது இங்குப் பேசுவேன் என எதிர்பார்க்கவில்லை. திடீரென பேசவேண்டுமெனக் கேட்டுக் கொண்ட நண்பர்களின் வேண்டுகோளைத் தட்டமுடியாமல் ஏற்றுக் கொண்டேன்.

பழந்தமிழர் காலம் எது? அதாவது ஆரியர் ஆதிக்கத்தைத் தமிழரிடத்துச் சுமத்த முடியாத காலம் கி.பி. 2, 3-ஆம் நூற்றாண்டு, அதாவது ஆரியர், வருகையால் தமிழிலுள்ள சில பதங்கள் ஆரியத்திலும், ஆரியப் பதங்கள் சில தமிழிலும் ஏறத்தொடங்கிய காலம். அன்று தமிழ் நாட்டில் ஆரிய ஆதிக்கம் இல்லை. அதன் பின்னர் 3-ஆம் நூற்றாண்டில்தான், தமிழில் சில ஆரியப் பதங்கள் கலக்க நேரிட்டது. அதாவது சிலப்பதிகாரத்திற்கு முந்திய காலம், ஏன்? சிலப்பதிகாரத்திலேயே ஆரியம் கலந்த முறை வந்துவிட்டது.

எனவே சிலப்பதிகாரத்திற்கு முன்புள்ள பழந்தமிழர்களின் மணமுறையைப் பற்றியே ஈண்டு பேசப்படுகிறது. ஆரிய நாகரிகத்திற்கும், தமிழர் நாகரிகத்திற்கும் குடும்பம் பற்றிய அடிப்படையே வேறுபட்டது. குடும்பம் பற்றிய வழக்கில் ஆரிய முறையே இன்று தீர்ப்பாக வந்துவிட்டது. தந்தை சொத்தை - (செல்வத்தைப்) பிள்ளைகள் பிரிப்பது நல்லதென்பர் ஆரியர். அந்த முறை இன்று நமக்கும் வந்துவிட்டது. பொதுக் குடும்பமுறை ஆரியருக்கு அவசியமானது ஏன்? ஆரியர் அந்நிய நாட்டார். இங்கு வந்து குடியேறினர். குடியேறிய இடம் அவர்கள் பழக்கவழக்கங்கட்கு முற்றிலும் மாறுபட்டது. எந்த நாட்டிற்கு வந்தாலும் அந்நாட்டவர்களோடு ஒத்து வாழ்ந்து, தங்களைத் தனிப்பட்ட ஒரு தெய்வப் பிறப்பாகவே கருதுவது ஆரியர் வழக்கம். உதாரணம் பார்த்தால், ஜெர்மனியிலுள்ள ஆரியர்கள் யூதர்களை வெறுத்துத் தாங்கள் ஆரியரெனும் செருக்கால் விரட்டுகின்றனர். இந்த அகம்பாவம் எல்லோருக்கும் உரியது.

இந்தச் செருக்கினாலே, பிறரால் ஆரியர்களும் வெறுக்கப்பட்டு வந்தனர் - வருகின்றனர். அவ்வாரியர் ஆதியில் வட நாட்டில் குடியேறிய காலத்து அங்கிருந்த வட நாட்டாரையும் தாழ்வாகக் கருத ஆரம்பித்தனர். வட நாட்டிலிருந்தவர்களும் அறிவிலா கீழ்மக்களாயிருந்ததால், தங்களை இழிவாகக் கருதிய ஆரியர்களை உதைக்க ஆரம்பித்தனர். இதனால் இவர்கட்குத் தற்காப்பு அவசியமாயிற்று. இராமாயணத்தில் பல இடங்களில் அசுரர்கள் உதைத்தார்கள் என்று எழுதப்பட்டிருக்கிறதே. அதன் பொருள் என்ன? இவ்வாரியர்கள் தங்கள் செருக்கால் பிறரைக் கேவலமாகக் கருதவே அவர்கள் (அசுரர்கள்) இவர்களைச் சரியாக உதைத்தனர். இதுதான் உண்மை. இது நான் கூறுவதல்ல; சரித்திரம் கூறுகின்றது. இவ்வாரியர்கள் இரவு பகலாகக் கண்விழித்துத் தற்காப்புச் செய்து கொண்டனர்; எதிரிகளுடன் ஓயாமற் சண்டை பிடிக்க வேண்டி அதிக செல்வாக்கும் தற்காப்பும் இவர்கட்கு வேண்டியிருந்தது. இதனாலேயே இவர்கள் தங்களுக்கு ஆண்

பிள்ளைகள் பிறப்பதை அதிகமாக விரும்பினர். பெண் பிள்ளைகள் பிறப்பதைப் பாவமெனவும் கருதினர். எனவே தற்காப்புக் கருதியேதான் இவர்கள் ஒன்று சேர்ந்து கூட்டுறவாக வாழ வேண்டி வந்தது.

நிற்க, தமிழர்கள் வடமேற்குக் கணவாய், வடகிழக்குக் கணவாய் வழியாக இங்கு வந்து குடியேறினார்களெனச் சில மூடர்கள் கூறுகின்றனர். அது தவறு. உலகம் தோன்றிய காலந்தொட்டே தமிழர்கள் தமிழ்நாட்டில் இருந்து வந்திருக்கின்றனர். ஏன்? கல்தோன்றி மண் தோன்றாக் காலத்தே முன்தோன்றி மூத்தக்குடியில் வந்தவர்களன்றோ நம் தமிழர்கள்! தமிழர்கள் அரசியல் காரணமாகத் தங்களுக்குள் சிறு சிறு சண்டைகள் போட்டுக் கொண்டிருந்தார்களாயினும், பிறரால் - அந்நிய நாட்டாரால் மோதப்படாதவர்கள். ஏன்? இயற்கையிலே முப்புறம் கடலும் ஒருபுறம் மலையும் தமிழர்கட்கு அரணாக இருந்தன. இதனால்தான் தற்காப்பு வேண்டாது தனித்து வாழும் சிறப்பையே வேண்டினான் தமிழன். ஆதி முதல் தனிக்குடித்தனம் நடத்துவதே தமிழன் வழக்கம். தந்தை சொத்தை விரும்பினால் தாயும் மனைவியும் வெறுப்பர். தமிழன் திரை கடலோடித் திரவியம் தேடினான். “உன் முயற்சியால் பொருள் தேடினாயா? தந்தை பொருளால் வாழ விரும்பும் சோம்பேறியை நான் விரும்பேன்” என்பாள் மனைவி. காதலரிருவர் கருத்தொருமித்த பிறகு மணம் செய்து கொள்வதற்கு முன் பொருள்தேடச் செல்வதே தமிழன் வழக்கு.

கோவலனைப் பாருங்கள். பெரிய கோடீஸ்வரனின் ஒரே பிள்ளை. அவன் ஏன் இரவில் புறப்பட்டு ஒருவருக்கும் தெரியாது மதுரைக்குச் செல்ல வேண்டும்? பொருள் தேட. தந்தையைக் கேட்டால் கொடுக்க மாட்டாரா? அல்லது கண்ணகி மாமன் மாமியுடன் சண்டை போட்டுக் கொண்டாளா? ஒரு சமயம் கண்ணகி கூறுகிறாள் தோழியிடம், “நான் அழுதேனென்று என் மாமியிடம் கூறாதே. கூறினால்

மனைவிக்கு வேண்டியதைக் கொண்டு கொடுத்து முகங்கோணாது வைத்து வாழத் தெரியாத நீயும் ஓர் ஆண்மகனா? என்று என் நாயகனைக் கோபிப்பாள் மாமி" என்று கூறுகின்றாள். இதனால் கண்ணகிக்கு மாமியிடம் சண்டையல்ல; அன்புடன் வாழ்ந்தவர்கள் எனத் தெரிகிறது. பின் ஏன் கோவலன் மதுரை சென்றான்? தந்தை பொருளால் வாழுகின்றான் என்று தன்னை உலகம் பழிக்குமெனக் கருதியேதான். மேலும் கோவலனுக்கு மணமான உடனேயே, பெற்றோர் இவர்களை தனியே வைத்து விடுகின்றனர். ஏன்? வேறுபடு திருவின் வீறு பெறக் காணவே. தந்தையின் பணத்தால் வாழுதலைப் பழியெனக் கருதினர் தமிழ் மக்கள். ஒரு வேளை தந்தை இறந்தால், மீதி வைத்து விட்டுப் போனால் - அது மக்களைச் சாரும். ஆனால் இக்காலத்தே போல் தந்தை இருக்கும்போதே "பாகத்தைப் பிரி" எனச் சண்டை பிடிப்பது அன்று கிடையாது.

கலியாணம் செய்தபின் மனைவியிடத்து அன்பைச் செலுத்து என்பது ஆரியர் கொள்கை. காரணம் என்ன? தங்களைக் காப்பாற்றிக் கொள்ள வேண்டி ஆண் பிள்ளைகளைப் பெறுவதற்காக, ஒரு பிள்ளை பெறும் கருவியாக எண்ணியே திருமணம் செய்து கொண்டனர். ஆனால் தமிழர்களைப் போல் வாழ்க்கையில் இன்பம் பெற வாழ்க்கைக்கு ஒரு கூட்டாளியே மனைவி எனக் கருதினார்களில்லை. தமிழன், ஒரு பெண்ணிடத்து முதலில் அன்பு செலுத்தியதன்றி, அவளை மணக்க விரும்பினானில்லை. பெண்ணும் அதுபோலவே. ஒரு தமிழன் ஒரு பெண்ணை முதன் முதல் பார்த்த காலையில் ஐயப்படுவான். ஏன்? இருவரும் ஒருவரையொருவர் அறியாவிடத்து, அன்பு உண்டாகிறது! கம்பரும், இராமனைத் தெருவில் கண்ட அளவில் சீதைக்கு முன்பு அன்பு உண்டாகிறது. பின் ஐயப்படுகிறாள் என்று தெரிவிக்கின்றார். இராமனுக்கும் அவ்வாறே ஐயம் தோன்றுகிறது. ஐயம் நிகழ்வது அவசியம். அது இயல்பானதே. ஆனால் வால்மீகி, இராமனும் சீதையும் ஒருவரையொருவர் பார்த்ததாகவே தெரிவிக்கவில்லை. ஏன்? ஆரியருக்கு அன்பு

செலுத்திய பிறகு மணம் செய்யும் வழக்கமில்லை. இந்த ஐயம் ஆணுக்கு மட்டுமல்ல; பெண்ணுக்கும் உண்டாகும். ஆனால் தொல்காப்பியத்திற்கு உரையெழுத வந்த நச்சினார்க்கினியர், "ஆணுக்கு மட்டுந்தான் அறிவிருக்கின்றது" என்று கூறுகின்றார். ஆனால் தமிழ் மகனாகிய சேக்கிழாரோ, பெரிய புராணத்தில் சுந்தரமூர்த்தி நாயனாரும் அவர் மனைவியும் முதன் முதல் சந்தித்த காலத்து, இருவருக்கும் ஐயம் தோன்றியதாகத் தெரிவிக்கின்றார். இதுதான் சிறந்தது. பெண்ணுக்கும் சம உரிமை கொடுப்பதே தமிழன் வழக்கம். 'சிறந்துழி ஐயம் சிறந்ததென்ப' என்றார் தொல்காப்பியர். ஒரு பெண்ணைப் பார்த்து ஒருவன் இவள் விபச்சாரியா? கற்புடையவளா? எனச் சந்தேகித்தால் அங்கே அன்பு திகழ இடமில்லை. அவருக்குத் தகுந்த ஐயம் தோன்றலாகாது. பாலைக் கண்ட ஒருவன் இது பசுவின் பாலா? அன்றிப் பன்றியின் பாலா? என்று நினைப்பானானால் பின்னர் அப்பாலைச் சாப்பிட முடியுமா? எனவே மேலதாய் வந்தவிடத்து, அதாவது சிறந்ததாய் வந்தவிடத்துத்தான் அன்பு செல்லும். இதைத்தான் "சிறந்துழி ஐயம்" என்றார் தொல்காப்பியர். இதையுணராத நச்சினார்க்கினியர், சிறந்த ஆண்மகனிடத்துத்தான் ஐயம் தோன்றுமென அறியாது கூறினார்.

நிற்க, தன்மகள் ஒருவனைக் காதலித்தால், பெற்றோர் அவள் விருப்பத்திற்கிணங்குவர்; இன்றேல் அப்பெண் உயிரை விடுவாளே தவிர வேறோர் ஆடவனை மனதில் நினையாள். ஆடவனும் அப்படியே. எனவே இரண்டிடத்தும் சமமாய் ஒத்த காதலாய் இருக்க வேண்டும். இருந்தால்தான், வாழ்க்கை செவ்வனே நடைபெறும். காதலர் தங்களுக்குள் முடிவு செய்து கொண்டாலும் பெற்றோர் சம்மதம் பெற்றே மணப்பர். சம்மதம் கிடைக்காவிட்டால் பல வழியிலும் பெற முயல்வர். இத்திருமணம் பெரும்பாலும் மணமகள் வீட்டிலேயே நடைபெறும். இவ்வழக்கை இன்னும் தமிழ்நாட்டில் காணலாம். சில சமயம் பெண்ணின் பெற்றோர் சம்மதம் தராவிடில், இருவரும் ஒருவருக்குந் தெரியாது வீட்டை நீங்கிச்

செல்வதுமுண்டு. அப்படித் தன் பெண் சென்று விட்டால், அப்பெண்ணின் தாய், எங்கு மணமகன் வீட்டில் திருமணம் நடந்துவிடுமோ என்று வருந்துவாள். பின்னர் அவர்களைத் தேடிச் சென்று அழைத்து வந்து மணம் முடிப்பார்.

அக்காலத்தில் எங்கும் - ஏன்? இறைவனுக்கும் மக்களுக்கும் இடையே கூடத் தரகர்கள் கிடையாது. இடைக்காலச் சைவம் கூட இதில் சிறிது மாறுபட்டது. ஆனால் முன்பு இறைவனுக்கும் உயிர்க்கும் நேரே தொடர்பு இருந்து வந்ததேயொழிய இடையில் யாருமில்லை. இந்தத் தொடர்பு போல இருவர் காதலும் தூய்மையானது.

"பாங்கர் நிமித்தம் பன்னிரண்டென்ப" என்ற நச்சினார்க்கினியர், பார்ப்பனத் தோழன் உண்டென்று கூறுகிறார். இது தவறு. இன்று மணச்சடங்கு செய்யவரும் பார்ப்பனன் தோழனா? கிடைத்தவற்றையெல்லாம் அடித்துக் கொண்டல்லவா போகிறான்?

நிற்க, காதலரிருவரும் ஒருவரையொருவர் விரும்பிய அன்றே மணம் நடந்து விடுகின்றது. ஆனால் இவர்கள் மணத்தினை உலகறியச் செய்யவே, பழி நீங்கவே, சில சடங்குகள் வகுத்தனர். அதுதான் "காரணம்" என்பது. இப்பழைய முறைகளில் இன்னும் சில நம்மிடையே இருந்து வருகின்றன."

தான் தேடிய பொருளால், தன் முயற்சியால் இல்லறம் நடைபெற வேண்டுமெனத் தமிழன் விரும்பியது போல விருந்து புறந்தருதல், அதாவது விருந்தினரை உபசரித்தலும் தமிழனின் சிறந்த குணமாகும்.

இனி, ஒரு சமயத்து ஒரு பார்ப்பனப் பெரியார், "Hospitality" என்பதற்குத் தமிழில் சொல் இல்லை. எனவே "Hospitality"

தமிழர்கட்கு இருந்ததே கிடையாது என்றார். நான் உடனே அவரைப் பார்த்து, "நீர் தமிழைப் படித்ததுண்டா? 'வேளாண்மை' என்ற சொல்லையாவது கேள்விப்பட்டிருக்கின்றீரா?" என்று கடாவினேன். அவர் விழித்தார்.

தாளாற்றித் தந்த பொருளெல்லாம் தக்கார்க்கு

வேளாண்மை செய்தற் பொருட்டு - குறள்

என்றபடி பிறருக்கு உபகாரமாகும் பொருட்டே வாழ்பவன் தமிழன், துறவு என்பதென்ன? ஒரு குடும்பத்தில் மட்டும் அன்பு செலுத்தியவன், உலகத்தை ஒரு குடும்பமாக நினைத்து எல்லோரிடத்தும் அன்பு செலுத்துவதாகும். இதுதான் உண்மைத் துறவியின் கடமை. தனக்கென வாழாப் பிறர்க்குரியாளன் தமிழன். "தனக்கென வாழாப் பிறர்க்குரியாளன் உண்மையான். இவ்வுலகம் உண்டு" என்று கூறிப் போந்தார் தமிழ்ப்புலவர் ஒருவர்.

காதல் என்றால், உடல் அதாவது புலன் இன்பத்தில் தமிழர்கள் மூழ்கவில்லை. அன்று தமிழர்களிடத்தில் கொக்கோகம் கிடையாது. கேவலம் மெய் உணர்ச்சியை மட்டும் தமிழன் விரும்பவில்லை. ஒரு மொழியில் அமைந்து கிடக்கும் சொற்களை யாரும் மாற்ற முடியாது. *Warm Reception* என்று ஆங்கிலேயர் சொன்னால், நாம் *Cool Reception* என்று தான் கூற வேண்டும்.

பல மொழிகளிலும் இல்லாத ஒரு சிறப்பு - தனிச் சிறப்பு - தமிழுக்குண்டு. உயர்திணை என்ற பிரிவுக் கொள்கை, தமிழில்தான் உண்டு. திணையென்றால் ஒழுக்கம் ஆகும். திணைக்கு இடம் எனப் பொருள் கூறுவர் அறிவில்லாதவர்கள். அகவொழுக்கம் புறவொழுக்கம்

என்பதே அகத்திணை புறத்திணையாகும். ஒழுக்கம் என்பது மிகவும் கடினமானது. விருப்பம் செல்லும் வழி செல்லாமையே ஒழுக்கமாகும். அதாவது ஆள்வினை உடைமையாகும். விருப்பத்தைத் தணித்து அறிவால் ஆளுவது திட்டம்; திண்மை என்றும் கூறலாம். எனவே திண்மை பற்றித் திணை வந்ததோ என அனுமானிக்கின்றேன்.

நிற்க; ஆரியம் போன்ற மொழிகளில் பெண்ணைக் குறிக்கவரும் ஒவ்வொரு சொல்லும் ஒரு பாலைக்குறிக்கும். தமிழில் அப்படியில்லை. ஏன்? பொருள் அர்த்தம் பற்றிப் பெயர் வைப்பது தமிழ்முறை. ஆறறிவுடைமையால் மனிதன் உயர்ந்தவன். எனவே, உயர்திணையென்பது தவறு. பின்னும், 'பேசும் திறமை மனிதனுக்கு மட்டுந்தான் உண்டு. ஆதலின் மனிதனை உயர்திணை' என்றார் தோழர் இரா. இராகவய்யங்கார். இதையும் நான் மறுக்கிறேன். நாம் மட்டுந்தான் பேசுகிறோமா? எறும்பு கூடத்தான் பேசுகிறது. நமக்குப் புரியாமையால், அவை பேசவில்லை என்று கூறிவிட முடியுமா?

எனவே ஒழுக்கமுடைமைதான் மனிதனை உயர்த்துகின்றது. விரும்புகிறபடி போகாமல் அறிவால் மனதை ஒரு வழி நிறுத்தலே ஒழுக்கமுடைமை. இது மக்களுக்குத் தான் உண்டு. எனவே, உயர்ந்த ஒழுக்கத்தை உடையது உயர்திணையாயிற்று. அஃறிணையென்றால், இழிந்த திணையில்லை; திணையில்லாதது. (ஒழுக்கமற்றது என்று பொருள்) அல்-திணை அஃறிணையாகும்.

ஆனால் ஒருவன், மக்கள், தேவர், நரகர் உயர்திணை என்றான். தொல்காப்பியரோ 'உயர்திணையென்மனார் மக்கட் சுட்டே' என்றார். ஒழுக்கத்தை உடைய மக்களெல்லாம் உயர்திணை. அல்லாதது மக்களேயாயினும் அஃறிணையின்பாற் சேர்க்கப்பட வேண்டியவரே,

மக்களே போல்வர் கயவர் அவரன்ன
ஒப்பாரை யாங்கண்ட தில் – குறள்

என்றவிடத்து, ஒழுக்க உணர்ச்சி இல்லாதவர்களைக் கயவர் என்கிறார். மேலும்,

தேவர னையர் கயவர் அவருந்தாம்
மேவன செய்தொழுக லான்– குறள்

என்றவிடத்து, இருவருக்கும் ஒழுக்கமென்பதே கிடையாது; மனம் போன போக்கில் போகின்றவர்கள் என்கிறார். இந்தத் தேவனை ஒரு மடையன் உயர்திணை என்கிறான். எனவே, தொன்று தொட்டுத் தமிழன் ஒழுக்கத்தை விடாதவன். 'ஒழுக்கம் உயிரினும் ஓம்பப்படும்' என்பது தமிழன் கொள்கை. எவ்வழி நோக்கினும், ஆரிய நாகரிகமும் தமிழர் நாகரிகமும் ஒன்றிற்கொன்று மாறுபட்டது.

தமிழன், அறம் வேறு இன்பம் வேறு என நினைப்பவனல்லன். இருவர், காதலால் அறத்தைக் கைப்பிடித்து இன்பத்துடன் வாழ்பவர் தமிழர்.

சரித ஆதாரங்களையும் சான்றோர் மொழிகளையும் சிந்தையுட்கொண்டு, சீரிய முறையிலே சுயமரியாதை உணர்வுடன் சூட்சுமத்தைத் தெரிந்துகொண்டு, சொந்த விருப்பு வெறுப்புகளை மாற்றிச் சோர்வின்றிப் பணிபுரிவோருக்கு, நிச்சயமாக ஆரிய மாயையிலிருந்து தாம் விலகவும், பிறரை விலகச் செய்யவும் வழி பிறந்தே தீரும். அனைவரும் ஒன்று என்று அழகாகக் கூறிவிட்டு, அடிமைகளாக நம்மை ஆக்கி வைத்திடுவது ஆரியம். அரசர்களை ஆண்டிகளாக்கியதும், ஆடு, மாடுகளுடன் வந்தோருக்கு வீடுவாசல் தந்து மற்றவருக்குக் கேடு செய்யும் மூடமதியினைப் பீடமேற்றியதும், ஆரியம், கற்பனையை

ஊட்டிக் கருத்திலே துலங்கும் அறிவினை ஒட்டிப் பழங்குடி மக்களை வாட்டிப் பார்ப்பனீயம் எனும் பொறியிலே தமிழரை மாட்டியது ஆரியம். அந்த ஆரியம் தேவனைச் சாட்சிக்கு இழுக்கும்! மந்திரம் கூறி மக்களை மிரட்டும்! மகாதேவன் கட்டளை எனக் கூறி மயக்கும்! மட்டற்ற மடமைத்தனத்திலே மக்களை அழுந்தச் செய்து களிக்கும்! விளைநிலத்துக் களைபோலத் தமிழகத்திலே தோன்றி, வீறுகொண்டோரை விம்மிடச் செய்துவிட்டதும் ஆரியமே! தோள் தட்டி மார்தட்டி, வாழ்ந்த மறத்தமிழனை இன்று வயிறொட்டிக் கன்னத்தே குழிதட்டிப் பட்டினியில் வாழும் பாமரானாக்கியதும் ஆரியமே! அபினைக் கொடுத்து உடலைக்கெடுத்துப் பின்னர் அவ்வபின் கிடைக்காவிட்டால் எதைக் கொடுத்தேனும் அதே அபினைப் பெற்றே தீர வேண்டிய கேவலமான நிலைக்குக் கொண்டுவரப்பட்டவர்கள் போல, ஆரியம் பையப் பையத் தன் நஞ்சினை ஊட்டித் தமிழனைச் செயலற்றவனாக்கிவிட்டது. ஆரியக்கலை தமிழ் இனப்பண்பை அழித்தது. ஆரியம் வேறு தமிழ் வேறு என்பதற்கு இச்சிறு நூலிலே ஆராய்ச்சியாளர்களின் மொழிகளைத் தந்துள்ளேன். ஆரியத்தின் தோற்றம் வளர்ச்சி பற்றிய குறிப்பும் பொறித்துள்ளேன். இது ஒரு பழம் பெருமை வாய்ந்த இனம். வேற்று இனத்தின் வெள்ளாட்டியாகிக் கிடப்பது சரியா? தமிழ் இன வீரர்களே! தன்மானத் தீரர்களே! வலிவில்லாதவன் வலியுள்ளவனை அடக்கிய விந்தையைப் பாரீர்! இந்தக் கேவல நிலையை மாற்றி அமைப்பதையே உமது வாழ்க்கையின் குறிக்கோளாகக் கொண்டு பணிபுரிய முன் வாரீர் என்று அழைக்கிறேன்.

ஆரியராவது திராவிடராவது என்று பேசிடும் அறிவிலிகளானாலும் சரியே, ஆரியரை என்ன செய்ய முடியும் என்றுரைத்திடும் ஆணவக்காரராயினும் சரியே, ஆவது ஒன்றும் இல்லை நம்மால் என்று பேசிடும் ஆண்மையற்றவராயினுஞ் சரியே, ஆரிய மாயையின் ஆதிநாள் வரலாறு பற்றியும், வளர்ச்சி பற்றியும் வரையப்பட்டுள்ள

அறிவுரைகட்கு, நேரிய முறையிலே சீரிய பதிலுரைக்க முன் வருவாரா என்று கேட்கிறேன். மற்றவரின் மனப்போக்குப் பற்றித் தமிழ் இளைஞர்கள் உங்கட்குக் கவலை வேண்டாம். ஆரியத்தைக் குறித்து இங்கு திரட்டித் தொகுத்துத் தரப்பட்டுள்ள விஷயங்களைச் சற்றே பொறுமையுடன், அக்கறையுடன் சிந்தித்து ஒரு முடிவிற்கு வாருங்கள். வீழ்ச்சியுற்ற இனத்தினைக் காப்பாற்ற வீறு கொண்ட இளைஞர்களே தேவை. விலா ஒடிந்த வீணரல்ல!

இணையில்லாத வீரத்துடன் வாழ்ந்து வந்த இனத்திலுள்ள வீரர்களே! எடுப்பார் கைப்பிள்ளையாய் இருக்கலாமா? இமயத்திலே புலிக்கொடி பொறித்த கரிகாலன்வழி வந்த நாம் இதயத்திலே சூதே நிரம்பிய ஆரியத்திடம் அடிபணிவது கேட்டால் உலகு நகையாதோ? சேரன் புகழ், கனகவிசயரின் சென்னியிலே சூடேற்றியதாம். அலைகளை ஆலவட்டமாகக் கொண்டு, மரக்கலத்தை ஆட்சி பீடமாகக் கொண்டு, அஞ்சா நெஞ்சுடன் அரசோச்சிய இராசேந்திரனின் பெயரைக் கூறவும் உரிமை இல்லாதவரானோம்! ஊமைகளானோம், குருடரானோம், அடிமையானோம்! பொன் ஒருபுறமும், மணி மற்றொரு புறமும் திகழப் பூங்காவிலே தூங்கா விளக்கென ஒளிவிடு கண்களுடன் ஓடி விளையாடிய குமரிகள், மணி என விளங்கினராம் இங்கு! வீரரின் வேலின் ஒளியும், வேல் விழியாரின் புன்னகைப் பாணமும் ஒன்றையொன்று எதிர்த்திடும் மாட்சியினைத் திறம்பட உரைத்திடும் நாவலர் நடமாடிய நாட்டிலே, இன்று சோறு இல்லை. சோறு இல்லை என்று அழும் வேதனை வெண்பாவே மிகுந்திடக் காண்கிறோம். மாடமாளிகை மண்மேடாகி விட்டது; மதி கெட்டதால் நமது நிதி கெட்டது; கதி கெட்டது. சதிகாரர் விட்ட சரங்கள் நமது உயிரைத் துடைத்திடக் காண்கிறோம். என்னே நம்நிலை! ஏனோ இன்னமும் நம்மவருக்குத் தெரியவில்லை ஆரியத்தின் வலை!

“அகிலும் தேக்கும் அழியாக் குன்றம்

அழகாய் முத்துக் குவியும் கடல்கள்
முகிலும் செந்நெலும் முழங்கும் நன்செய்
முல்லைக் காடு மணக்கும் நாடு”

நமது தமிழகம்! முல்லைக்காடு இன்று முட்புதராகிக் கிடக்கிறது! மீண்டும் தமிழகம் பூங்காவாக வேண்டும். ஆரிய மாயையிலிருந்து விடுபட்ட அன்றே அறியாமையிலிருந்து நம் மக்கள் விடுபடுவர்! ஆண்மை பெறுவர்! உலகின் அணியாவர்! ஆரியம் ஒரு மாயை என்பதை விளக்க அறிஞர்கள் தந்துள்ள அரிய உண்மைகளைக் காண்மின்! பிறருக்குக் கூறுமின்! அறப்போர் தொடுமின்! வெற்றி நமதே!

முற்றும்.

★ ★ ★

9 788198 809360

Printed at Repro India Ltd.